കേരളത്തെ നയിച്ച
വനിതാ പോരാളികൾ

Keralathe nayicha vanithaporalikal
Gender Study

P K Sreemathi

CHINTHA PUBLISHERS
Thiruvananthapuram

First Edition
January 2023

Published & Typesetting
Chintha Publishers, Thiruvananthapuram

Cover Design
Vinod Mangoes

Cover Painting
Kabita Mukhopadhyay

ISBN : 978-93-94753-67-9

CO - 3225 / 6276

Email: chinthapublishers@gmail.com
Website: www.chinthapublishers.com

A version is available at National Libraries
Kolkata, Mumbai, Chennai and Delhi

Distribution
DESHABHIMANI BOOKHOUSE
H O Thiruvananthapuram 695035

Branch
Head Office Kunnukuzhi • Statue Thiruvananthapuram
KSRTC Bus Terminal Thampanoor • Saphalyam Complex Thiruvananthapuram
KSRTC Bus Station Alappuzha • KSRTC Bus Station Ernakulam
Machingal Lane Thrissur • IG Road Kozhikode
Mavoor Road Kozhikode • NGO Union Building Kannur
Central Bus Terminal Complex Thavakkara Kannur

കേരളത്തെ നയിച്ച
വനിതാ പോരാളികൾ

പി കെ ശ്രീമതി

ചിന്ത പബ്ലിഷേഴ്സ്
തിരുവനന്തപുരം-695 035

പി കെ ശ്രീമതി

കണ്ണൂർ ജില്ലയിലെ മയ്യിൽ പഞ്ചായത്തിൽ 1949 ൽ ജനിച്ചു. 2001 ലും 2006 ലും പയ്യന്നൂർ മണ്ഡലത്തിൽനിന്ന് കേരള നിയമസഭയിലേക്ക് തിരഞ്ഞെടുക്കപ്പെട്ടു. 2014-19 കാലയളവിൽ കണ്ണൂരിൽ നിന്നുള്ള ലോക്സഭാംഗമായിരുന്നു. കണ്ണൂർ ജില്ലാ പഞ്ചായത്ത് പ്രസിഡന്റ്, AIDWA സംസ്ഥാന സെക്രട്ടറി എന്നീ നിലകളിൽ പ്രവർത്തിച്ചിരുന്നു. 2006 ൽ വി എസ് മന്ത്രിസഭയിൽ ആരോഗ്യവകുപ്പ്, സാമൂഹിക ക്ഷേമവകുപ്പ് മന്ത്രിയായിരുന്നു. നിലവിൽ സി പി ഐ (എം) കേന്ദ്ര കമ്മിറ്റിയംഗം.

ഉള്ളടക്കം

പ്രസാധകക്കുറിപ്പ്

സാമൂഹിക സമത്വം സ്വപ്നം കണ്ട് പോരാട്ടത്തിനിറങ്ങിയവരുടെ മുൻനിരയിൽത്തന്നെ സ്ത്രീകൾ എക്കാലവുമുണ്ടായിരുന്നു. എന്നാൽ ചരിത്രത്താളുകളിൽ ആ ജീവിതങ്ങൾ വേണ്ടത്ര തുല്യതയോടെ പ്രതിഫലിക്കപ്പെട്ടിട്ടില്ല എന്നത് ഒരു യാഥാർത്ഥ്യമാണ്. നാം ജീവിക്കുന്നത് ഒരു പാട്രിയാർക്കൽ സമൂഹത്തിലാണ് എന്നതായിരിക്കാം അതിനു പ്രധാന കാരണം. സ്വന്തം ജീവിതം സാമൂഹികോന്നമനത്തിനായി ഉഴിഞ്ഞുവെച്ച, സമീപകാലത്ത് നമ്മെ വിട്ടുപോയ, പോരാളികളായ മഹനീയ സ്ത്രീ ജീവിതങ്ങളെ ഓർമ്മപ്പെടുത്തുകയാണ് ഈ പുസ്തകത്തിലൂടെ ശ്രീമതി ടീച്ചർ ചെയ്യുന്നത്. ടീച്ചറുടെ നീണ്ടകാലത്തെ രാഷ്ട്രീയ ജീവിതത്തിൽ കണ്ടുമുട്ടുകയും ഒരുമിച്ചു പ്രവർത്തിക്കുകയും ചെയ്തവരാണ് ഇവരിൽ പലരും. അതുകൊണ്ടുതന്നെ ടീച്ചറുടെ ഈ രേഖപ്പെടുത്തലിന് ആ ജീവിതങ്ങളെ കൂടുതലറിയാൻ സാധിക്കുന്നു. അവരുടെ വികാരങ്ങളെ അടുത്തു നിന്നറിയാൻ സാധിക്കുന്നു.

ഈ ഓർമ്മപ്പെടുത്തലിന് മറ്റൊരു രാഷ്ട്രീയവും കൂടിയുണ്ട്. സ്ത്രീ സമത്വത്തിന്റെ യഥാർത്ഥ പോരാളികൾ നമ്മുടെ സമൂഹത്തിൽ ആരായിരുന്നു എന്ന ചോദ്യത്തിനുകൂടി ഇതുത്തരം തരുന്നു. സമത്വത്തിനു വേണ്ടിയുള്ള പോരാട്ടങ്ങൾ അക്കാദമിക ബൗദ്ധിക വൃത്തങ്ങളിൽ മാത്രം ഒതുങ്ങി നില്ക്കേണ്ടതല്ല എന്നും അത് സാക്ഷാൽക്കരിക്കാൻ ചോരയും നീരും ഒഴുക്കേണ്ടി വരുമെന്നും ഈ ലഘുഗ്രന്ഥം ഓർമ്മപ്പെടുത്തുന്നു.

ചിന്ത പബ്ലിഷേഴ്സ്

"ചോരതുടിക്കും ചെറുകൈകളെ
പേറുകവന്നീ പന്തങ്ങൾ"

–വൈലോപ്പിള്ളി

ഈ ഓർമ്മകൾ നമ്മെ നയിക്കട്ടെ

പി കെ ശ്രീമതി

ചരിത്രം എന്നും വിജയികളുടേതാണ്, അധികാരം കൈയാളിയിട്ടുള്ള വരുടേതു മാത്രമാണ്. നമ്മുടെ ആൺകോയ്മാസമൂഹത്തിൽ എഴുത പ്പെട്ട ചരിത്രം പലപ്പോഴും പുരുഷന്റേതു മാത്രമായി മാറുന്നത് ഇത്തര ത്തിൽ നോക്കിയാൽ സ്വാഭാവികം മാത്രമാണ്. എന്നാൽ കേരളീയ സമൂ ഹത്തെ മുന്നോട്ടു നയിക്കുന്നതിൽ, നീതിയിലും സമത്വത്തിലും അധി ഷ്ഠിതമായ ഒരു വ്യവസ്ഥ ഇവിടെ കെട്ടിപ്പടുക്കുന്നതിൽ അക്ഷീണം യത്നിച്ച പോരാളികളായ സ്ത്രീകൾ നിരവധിയാണ്. ഇവരിൽ ചുരുക്കം പേർ മാത്രമേ ഔദ്യോഗിക ചരിത്രത്തിൽ ഇടം പിടിച്ചിട്ടുള്ളൂ. ഇവരിൽ ത്തന്നെ പാർലമെന്ററി പ്രവർത്തനങ്ങളിലൂടെ കടന്നുപോയവരായിരിക്കും ഒരുപക്ഷേ, കേരളീയ സമൂഹത്തിന്റെ ഓർമ്മയിലുണ്ടാവുക. എന്നാൽ സ്വന്തം ജീവിതം പൂർണ്ണമായും ഈ സമൂഹത്തിനുവേണ്ടി നല്കിയ, ത്യാഗോജ്ജ്വലമായ ജീവിതം നയിച്ച എണ്ണമറ്റ സ്ത്രീകൾ നമുക്ക് ചുറ്റിലു മുണ്ട്. സമാധാനവും സന്തുഷ്ടവുമായ കുടുംബജീവിതം പോലും വേണ്ടെന്നുവെച്ച് പൊതു പ്രവർത്തനത്തിനിറങ്ങിയവർ, പൊലീസിന്റെ ക്രൂര മർദ്ദനങ്ങൾക്കിരയായി ഗർഭധാരണ ശേഷിപോലും നഷ്ടപ്പെട്ടവർ, കാരാഗൃഹങ്ങളെ പ്രസവ മുറികളാക്കി മാറ്റിയവർ, പെരുമഴക്കാലത്ത് പുഴവെള്ളത്തിന്റെ കുത്തിയൊഴുക്കിനെ അവഗണിച്ച് അർദ്ധരാത്രി ഒറ്റയ്ക്ക് തോണി തുഴഞ്ഞു രാഷ്ട്രീയ സന്ദേശങ്ങളുമായി പോയവർ, കൗമാരമെത്തുന്നതിനു മുൻപ് വർഷങ്ങളോളം ഒളിവിൽ കഴിയേണ്ടി വന്നവർ, വീട് ചവുട്ടിപ്പൊളിച്ച് ഭർത്താവിനെ പൊലീസ് കൊണ്ടുപോയ പ്പോൾ പോലും പതറാതെ കുടുംബത്തിനാവശ്യമായതെല്ലാം ജോലി ചെയ്ത് ഉണ്ടാക്കുകയും അതിനൊപ്പം ചെങ്കൊടിയേന്തി പോരാട്ടങ്ങളിൽ സജീവമായി പങ്കെടുക്കുകയും ചെയ്തവർ.... കേരളീയ പൊതുസമൂ

ഹമറിയാത്ത വനിതാ പോരാളികളെക്കുറിച്ച്, ധീരരായ കമ്യൂണിസ്റ്റ് സ്ത്രീകളെക്കുറിച്ച് എനിക്ക് അറിവുള്ള ചില വിവരങ്ങൾ പങ്കുവെക്കാനുള്ള എളിയ ശ്രമമാണ് ഈ പുസ്തകം. നീതിക്കും സമത്വത്തിനും വേണ്ടിയുള്ള രാഷ്ട്രീയ പ്രവർത്തനം ഉടുപ്പുലയാതെയുള്ള, വിയർപ്പും ചോരയും പൊടിയാതെയുള്ള ഒന്നല്ല എന്ന് പുതിയ തലമുറയെ ഓർമ്മപ്പെടുത്തുക കൂടിയാണ് ഈ പുസ്തകം. ഇതിനായി ദീർഘമായ തയ്യാറെടുപ്പുകൾക്ക് കഴിഞ്ഞിട്ടില്ല എന്നത് ഒരു പരിമിതിയാണ്. പക്ഷേ, ഞാനിതിനെ ഒരു തുടക്കമായിട്ടു മാത്രമാണ് കാണുന്നത്. സമീപകാലത്ത് നമ്മെ വിട്ടുപോയ, എനിക്ക് നേരിട്ടറിവുള്ള മഹിളാ പ്രവർത്തകരെക്കുറിച്ചുള്ള ലഭ്യമായ ഓർമകളും വിവരങ്ങളുമാണ് ഈ ലഘുഗ്രന്ഥത്തിലൂടെ പങ്കുവെക്കുന്നത്. ഈ പരിശ്രമത്തിൽ എന്നോടൊപ്പം സഹകരിച്ച നിരവധി സഖാക്കളുണ്ട്. അവരോടുള്ള കൃതജ്ഞത കൂടി ഇവിടെ രേഖപ്പെടുത്തുന്നു.

കെ ആർ ഗൗരിയമ്മ

ആമുഖം

ഗൗരിയമ്മ കേരളത്തിൽ മാത്രമല്ല ഇന്ത്യയി ലെമ്പാടും അറിയപ്പെടുന്ന നേതാവാണ്. ഞാൻ ഒരു പേരെടുത്ത് മുദ്രാവാക്യം വിളിച്ചിട്ടുള്ളത് ഗൗരിയമ്മ യെക്കുറിച്ചാണ്. പേരെടുത്ത് മുദ്രാവാക്യം വിളിക്കു മ്പോൾ ഇ എം എസ്, എ കെ ജി കഴിഞ്ഞാൽപ്പിന്നെ ഗൗരിയമ്മയാണ്. ഗൗരിയമ്മയുടെ പേര് പറയാതെ പോകില്ല. ജന്റർ വിവേചനം ശക്തമായി നിലവിലു ണ്ടായിരുന്ന ഒരു കാലത്താണ് ഇതെന്നുകൂടി ഓർക്കണം. 1957 ലെ സർക്കാരിൽ റവന്യൂ മന്ത്രിയാ യിട്ടാണ് ഗൗരിയമ്മ എത്തുന്നത്. ഞാൻ എസ് എസ് എൽ സി പാസാകുന്നത് 65 ലാണ്. വടക്കൻ

പാട്ടിലെ ഉണ്ണിയാർച്ചയെപ്പോലെ അന്ന് നമ്മൾ മനസ്സിൽ കൊണ്ടുനടക്കുന്ന വീരവനിതയാണ് ഗൗരിയമ്മ. അക്കാലത്ത് സ്കൂളിൽ പഠിക്കുമ്പോൾ ഞാനൊരു തിരഞ്ഞെടുപ്പിൽ സ്പീക്കർ സ്ഥാനത്തേക്ക് മത്സരിച്ചിരുന്നു. തിരഞ്ഞെടുപ്പിന് ക്ലാസിൽ പോയി പ്രസംഗിക്കണം. പ്രസംഗിക്കുമ്പോൾ മനസ്സിൽ കാണുന്ന രൂപം ഗൗരിയമ്മയുടേതാണ്. അന്ന് തിരഞ്ഞെടുപ്പിൽ കെ എസ് എഫ് ജയിച്ചു. ഞാനും സ്പീക്കറായി ജയിച്ചു. പിന്നീട് ഗൗരിയമ്മയെ കാണുന്നത് 87 ലാണ്. ഗൗരിയമ്മയെ മുൻപ് ദൂരെ സ്റ്റേജിൽ കണ്ടിട്ടുണ്ട്. പിന്നീട് ഞാൻ ജില്ലാ സെക്രട്ടറി ആയിരിക്കെ മന്ത്രിയായ ഗൗരിയമ്മ ഒരു പരിപാടിക്ക് വന്നു. പരിപാടിയിൽ മറ്റു സഖാക്കളോടൊപ്പം ഞാനും പങ്കെടുത്തു. അന്ന് അവരോട് ഒരു വാക്ക് സംസാരിക്കാൻ പറ്റുമോ എന്നായിരുന്നു ആശങ്ക. കാരണം ഗൗരിയമ്മ എപ്പോഴും സീരിയസ് ആണ്. എന്നാൽ അടുത്ത് സംസാരിക്കാൻ തുടങ്ങുമ്പോഴേക്കും അവർ ആകെ മാറും. ഗൗരവമൊക്കെ വിട്ടു തമാശയൊക്ക പറയും. അക്കാലത്ത് ഞാൻ മഹിളാ അസോസിയേഷന്റെ സംസ്ഥാനകമ്മിറ്റിക്ക് വരുമ്പോൾ മന്ത്രിയായ ഗൗരിയമ്മയുടെ മുറിയിലൊക്കെ ഒന്ന് പോകും. അന്ന് എൻ കെ രാധയും മേഴ്സിക്കുട്ടിയമ്മയുമൊക്കെ എം എൽ എ ആണ്. അവരുടെ കൂടെ ഗൗരിയമ്മയെ കാണാൻ ഞാൻ വീട്ടിലേക്ക് പോയിരുന്നു. അന്ന് ദേവിയേടത്തിയാണ് സ്റ്റേറ്റ് സെക്രട്ടറി. ദേവിയേടത്തിയും രാധയുമൊക്കെയായി വലിയൊരു കൂട്ടാണ് ഗൗരിയമ്മയ്ക്ക്. അന്ന് അവരുമായി സംസാരിക്കാൻ കഴിഞ്ഞത് ജീവിതത്തിൽ വീണുകിട്ടിയ വലിയൊരു നിധിപോലെയാണ് ഞാൻ കാണുന്നത്. ചെറുപ്പത്തിലേ കൊണ്ട് നടന്ന ആരാധനയായിരിക്കണം അങ്ങനെയൊരു തോന്നലിനു പിന്നിൽ പ്രവർത്തിച്ചത്. ഗൗരിയമ്മയുമായി വളരെയടുത്ത് ഇടപഴകാൻ അവസരം ലഭിച്ചത് ചെന്നൈയിൽ പാർട്ടി കോൺഗ്രസിന് പോയപ്പോഴാണ്. അവിടെ വെച്ച് സുശീല ഗോപാലൻ, ഗൗരിയമ്മ ഇവരുമൊക്കെയായി ഒന്നിച്ചുകൂടി ഇരിക്കാനും ആലോചിക്കാനും അവസരം കിട്ടി. അന്ന് ഒരുമിച്ചെടുത്ത ഒരു ഫോട്ടോ ഇന്നും ഞാൻ സൂക്ഷിച്ചു വെച്ചിട്ടുണ്ട്. കേരളത്തിനകത്ത് ഇത്രയും തന്റേടമുള്ള, ഒരു കാര്യം തീരുമാനിച്ചാൽ അതിലുറച്ചു നില്ക്കുന്ന, നിശ്ചയദാർഢ്യത്തോടുകൂടി മുന്നോട്ടുപോകുന്ന മറ്റൊരു നേതാവും ഗൗരിയമ്മയോട് തുലനം ചെയ്യാനില്ല. അങ്ങനെയൊരാൾ ഇനിയും ജനിക്കേണ്ടിയിരിക്കുന്നു. ഗൗരിയമ്മയ്ക്ക് പകരം ഗൗരിയമ്മ മാത്രം. •

സ്ത്രീ വിമോചന പോരാട്ടങ്ങളിലെ ആദ്യപഥിക

കേരളത്തിലെ സ്ത്രീ വിമോചന പോരാട്ടങ്ങളിലെ ആദ്യപഥികരിൽ അദ്വിതീയ സ്ഥാനം സഖാവ് കെ ആർ ഗൗരിയമ്മയ്ക്കുള്ളതാണ്. എറണാകുളം സെന്റ് തെരേസാസ് കോളേജിൽ ബി എയ്ക്ക് പഠിക്കുമ്പോൾ എ കെ ജി നയിച്ച ജാഥയ്ക്ക് സ്വീകരണം നൽകുവാൻ കടകൾതോറും കയറിയിറങ്ങി ഫണ്ടുപിരിച്ച പെൺകുട്ടിയിൽനിന്നും തിരുവനന്തപുരം ലോകോളേജിലെ ചുറുചുറുക്കുള്ള വിദ്യാർത്ഥി നേതാവായി വളർന്നത് ക്വിറ്റിന്ത്യാസമരകാലത്താണ്. രണ്ടാം ലോകമഹായുദ്ധകാലത്ത് സാമ്രാജ്യത്വത്തിനെതിരെയും സ്വാതന്ത്ര്യത്തിനായും കേരളമാകെ വിദ്യാർത്ഥി സമരങ്ങൾ കൊടുമ്പിരിക്കൊണ്ട 1942–46 കാലഘട്ടമാണ് കെ ആർ ഗൗരി എന്ന പ്രക്ഷോഭകാരിയെ കേരള രാഷ്ട്രീയത്തിനു സംഭാവന ചെയ്തത്. ബി എൽ പാസ്സായി ചേർത്തല കോടതിയിൽ തൊഴിലാളികൾക്കും കൃഷിക്കാർക്കുംവേണ്ടി കേസ്സുകൾ വാദിക്കുന്ന മികച്ച വക്കീൽ ആയിരിക്കുന്ന കാലഘട്ടത്തിൽ 1947 ൽ സഖാവ് പി കൃഷ്ണപിള്ളയിൽനിന്നും നേരിട്ട് കമ്യൂണിസ്റ്റ് പാർട്ടി അംഗത്വം എടുത്തുകൊണ്ടാണ് സജീവ രാഷ്ട്രീയത്തിൽ പ്രവേശിക്കുന്നത്. തുടർന്നുള്ള അരനൂറ്റാണ്ട് കാലത്തെ പൊതുപ്രവർത്തനം സ്ത്രീ വിമോചനത്തിനായും സ്ത്രീപുരുഷസമത്വത്തിനായും സ്ത്രീകളുടെ ജനാധിപത്യാവകാശങ്ങൾക്കും വേണ്ടിയുള്ളതായിരുന്നുവെന്നത് വിസ്മരിക്കപ്പെടാൻ കഴിയാത്ത ചരിത്രമാണ്. തിരുവിതാംകൂർ സർക്കാരിൽ മജിസ്ട്രേട്ടായി നിയമിക്കാമെന്ന ദിവാൻ സർ സി പി രാമസ്വാമി അയ്യരുടെ വാഗ്ദാനം നിരസിച്ചുകൊണ്ടാണ് ഗൗരിയമ്മ

സമരപഥങ്ങളിലേക്കുള്ള അവരുടെ പ്രയാണം ആരംഭിച്ചത്.

കമ്യൂണിസ്റ്റ് പാർട്ടിയിൽ അംഗത്വമെടുത്ത് സജീവരാഷ്ട്രീയത്തിൽ പ്രവേശിച്ച കാലഘട്ടം വെല്ലുവിളികൾ നിറഞ്ഞതായിരുന്നു. അവിഭക്ത കമ്യൂണിസ്റ്റ് പാർട്ടിയുടെ രണ്ടാംപാർട്ടി കോൺഗ്രസ്സിനെ തുടർന്ന് കൽക്കത്ത തീസിസ് അവതരിപ്പിക്കപ്പെട്ടതും കമ്യൂണിസ്റ്റ്പാർട്ടി പ്രവർത്തകരും നേതാക്കളും വേട്ടയാടപ്പെടുന്നതുമായ കാലഘട്ടം. അറസ്റ്റുചെയ്യപ്പെട്ട കെ ആർ ഗൗരിയെ ചേർത്തല പോലീസ്സ്റ്റേഷൻ ലോക്കപ്പിലും അവിടെ നിന്ന് തിരുവനന്തപുരം സെൻട്രൽ ജയിലിലേക്കും മാറ്റി. തിരുവനന്തപുരം സെൻട്രൽ ജയിലിൽ അവർ ക്രൂരമായ പോലീസ് മർദ്ദനത്തിന് ഇരയായി. പോലീസുകാർ ബൂട്ട്സിട്ട് വയറ്റത്തുകയറി നിന്ന് ചവിട്ടിയതായി ഗൗരിഅമ്മ തന്നെ സാക്ഷ്യപ്പെടുത്തിയിട്ടുണ്ട്. ബോധംപോകുന്നതുവരെ മർദ്ദനത്തിന് ഇരയായ ഗൗരിയമ്മ മരിച്ചു എന്ന വാർത്തപോലും പുറത്തുപരന്നു. തനിക്കും സഖാക്കൾക്കും എതിരെ നടന്ന ക്രൂരമർദ്ദനത്തിനെതിരെ 17 ദിവസം ജയിലിൽ നിരാഹാരം അനുഷ്ഠിച്ച ഗൗരിയമ്മയുടെ ആവശ്യങ്ങൾ അംഗീകരിക്കാൻ മന്ത്രിയായ ആനിമസ്ക്രീൻ നേരിട്ട് ജയിലിൽ എത്തുകയും ഉന്നയിക്കപ്പെട്ട ആവശ്യങ്ങൾ അംഗീകരിക്കുകയും ചെയ്തു. പലഘട്ടങ്ങളിലായുള്ള അറസ്റ്റും ജയിൽവാസവും ക്രൂരമായ ലോക്കപ്പ് മർദ്ദനവും എല്ലാം കെ ആർ ഗൗരിയെ കറതീർന്ന കമ്യൂണിസ്റ്റും വനിതാവിമോചന പോരാളിയും ആക്കിത്തീർക്കുകയായിരുന്നു.

സ്ത്രീ സുരക്ഷയ്ക്കായുള്ള നടപടികൾക്കായി ശ്വാസം നിലയ്ക്കുന്നതുവരെ പോരാടും എന്നു പ്രഖ്യാപിച്ച ഗൗരിയമ്മ 1951 ലും 1954 ലും തിരു-കൊച്ചി നിയമസഭയിലേക്ക് തിരഞ്ഞെടുക്കപ്പെടുകയുണ്ടായി. കേരളപ്പിറവിക്കുശേഷം നടന്ന 9 തിരഞ്ഞെടുപ്പുകളിൽ നിയമസഭയിലേക്ക് തിരഞ്ഞെടുക്കപ്പെട്ടതടക്കം 46 വർഷം ജനപ്രതിനിധി ആയിരിക്കുകയും ചെയ്തു. 6 തവണകളിലായി 16 വർഷം മന്ത്രിയായിരുന്നു. ഇന്ത്യയിൽ കമ്യൂണിസ്റ്റ് പാർട്ടിയുടെ സ്ഥാപകനേതാക്കളായ പി കൃഷ്ണപിള്ള, എ കെ ജി, ഇ എം എസ് എന്നിവർക്കൊപ്പം പ്രവർത്തിച്ച വനിത എന്ന മഹത്വവും ഗൗരിയമ്മയ്ക്ക് മാത്രം അവകാശപ്പെട്ട മഹനീയസ്ഥാനമാണ്.

കേരളപ്പിറവിക്കുമുമ്പ് തിരു-കൊച്ചി നിയമസഭാംഗമായിരുന്ന ഗൗരി അക്കാലത്തു തന്നെ സ്ത്രീകളെ ബാധിക്കുന്ന വിഷയങ്ങൾ സഭാതലത്തിൽ ഉയർത്തിക്കൊണ്ട് വരുന്നതിന് ബദ്ധശ്രദ്ധയായിരുന്നു. സാമൂഹ്യമായ അടച്ചിടൽ (ലോക്ഡൗൺ) നാം ആദ്യമായി കേൾക്കുന്നത് കോവിഡ് കാലത്താണെങ്കിലും പകർച്ചവ്യാധിക്കാലത്ത് സാമൂഹ്യമായ അടച്ചിടൽ എന്ന ആവശ്യം ഇന്ത്യയിൽതന്നെ ആദ്യമായി ഉന്നയിച്ച

1957 ലെ ആദ്യ മന്ത്രിസഭ

ജനപ്രതിനിധി ഗൗരിയമ്മയായിരുന്നുവെന്ന് ചരിത്രം സാക്ഷ്യപ്പെടുത്തുന്നു. കോളറ, വസൂരി, പ്ലേഗ് തുടങ്ങിയ മാരകമായ പകർച്ചവ്യാധികൾ പടർന്നുപിടിച്ച അൻപതുകളിൽ പകർച്ചവ്യാധിപിടിപെട്ടവരെ ചികിത്സിക്കുന്ന മിഡ് വൈഫുമാരുടെ ദൈന്യത കണ്ടാണ് ലോക്ഡൗൺ എന്ന ആശയം അവർ അവതരിപ്പിച്ചത്. അതുമായി ബന്ധപ്പെട്ട് അവർ നടത്തിയ പ്രസംഗം ചരിത്രത്താളുകളിലെ അവിസ്മരണീയ അനുഭവമാണ്.

ഇ എം എസിന്റെയും ഇ കെ നായനാരുടെയും രണ്ട് മന്ത്രിസഭകളിൽ അംഗമായിരുന്ന അവർ ഏറ്റവും സുപ്രധാനമായ വകുപ്പുകളാണ് കൈകാര്യം ചെയ്തത്. റവന്യു, കൃഷി, വ്യവസായം, എക്സൈസ്, ഭക്ഷ്യവും, സിവിൽ സപ്ലൈസും വകുപ്പുകൾ കൈകാര്യം ചെയ്ത് കരുത്തയായ ഭരണാധികാരിയായിരുന്നെന്ന് തെളിയിച്ചു. പൊതുമേഖലയിൽ ഇന്ത്യയിലെ ആദ്യത്തെ ഇലക്ട്രോണിക് വ്യവസായ സ്ഥാപനമായ കെൽട്രോണിന് തുടക്കംകുറിച്ചത് ഗൗരിയമ്മ വ്യവസായ വകുപ്പുമന്ത്രി ആയിരുന്നപ്പോഴാണ്. വിജിലൻസ്, നിയമം, സാമൂഹികക്ഷേമം, മൃഗസംരക്ഷണം, കയർ എന്നീ വകുപ്പുകളുടെ മന്ത്രിയായി ഭരണരംഗത്ത് മികവു പുലർത്തുവാൻ ഗൗരിയമ്മയ്ക്ക് അവസരം ലഭിച്ചു. ജനാധിപത്യ ഇന്ത്യയിലെ ഏറ്റവും ശ്രദ്ധിക്കപ്പെട്ട ആദ്യത്തെ വനിതാ ഭരണാധികാരിയായിരുന്നു അവർ.

ഇന്ത്യയിൽ ആദ്യമായി തിരഞ്ഞെടുപ്പിലൂടെ കമ്യൂണിസ്റ്റ് പാർട്ടി കേരളത്തിൽ അധികാരത്തിലെത്തിയപ്പോൾ റവന്യൂ മന്ത്രിയായ കെ

ആർ ഗൗരിയമ്മയാണ് രാജ്യത്തിനാകെ മാതൃകയായ കുടിയൊഴിപ്പിക്കൽ നിരോധന നിയമ ബില്ലും, ഭൂപരിഷ്കരണ ബില്ലും അവതരിപ്പിച്ചത്. 1957

ജോസഫൈൻ, സുശീലാഗോപാലൻ, ഗൗരിയമ്മ എന്നിവർക്കൊപ്പം

ഏപ്രിൽ 30 ന് കേരള നിയമസഭയുടെ പ്രഥമ നിയമ നിർമ്മാണമായ കുടിയൊഴിപ്പിക്കൽ നിരോധന നിയമം അവതരിപ്പിച്ച് ഗൗരിയമ്മ ചരിത്ര നിർമ്മിതിയുടെ ഭാഗമായപ്പോൾ സ്ത്രീപക്ഷ കേരളത്തിന്റെ തിളങ്ങുന്ന ഒരു അദ്ധ്യായം രചിക്കപ്പെടുകയായിരുന്നു. ഐക്യകേരളം രൂപീകരിക്കപ്പെട്ട ശേഷം രൂപംകൊണ്ട ആദ്യ നിയമസഭയിലെ ആദ്യ നിയമ നിർമ്മാണത്തിന് ഒരു വനിതയെ തന്നെ ചുമതലപ്പെടുത്തിയതിലൂടെ സ്ത്രീ സമത്വത്തിനും സ്ത്രീ ശാക്തീകരണത്തിനും കമ്യൂണിസ്റ്റ് പാർട്ടി നല്കിയ പ്രാധാന്യം ഇന്ത്യ മാത്രമല്ല ലോകമാകെ അത്ഭുതത്തോടെയാണ് കണ്ടത്.

ഭൂപരിഷ്കരണ ബിൽ നിയമമായത് ഒരു പതിറ്റാണ്ടിനു ശേഷമാണെങ്കിലും മൂന്നരലക്ഷം കുടിയേറ്റ കർഷകരും അഞ്ചുലക്ഷം കുടികിടപ്പുകാരും ഭൂമിയുടെ അവകാശികളായി മാറുകയും, ഒരു ലക്ഷം ഏക്കർ ഭൂമി മിച്ചഭൂമിയായി പ്രഖ്യാപിക്കപ്പെടുകയും ചെയ്തു. നിർദ്ധനരും നിരാലംബരുമായ കുടിയാന്മാരെയും കർഷകത്തൊഴിലാളികളെയും അന്തസ്സുള്ള മനുഷ്യരായി മാറ്റുകയും അവരെ ഭൂമിയുടെ അവകാശിക

ളാക്കി മാറ്റുകയും ചെയ്ത വിപ്ലവകരമായ നിയമനിർമ്മാണത്തിന്റെ അലകും പിടിയും തീർത്തത് ഐക്യകേരളത്തിലെ ആദ്യ മന്ത്രിസഭയിലെ റവന്യൂവകുപ്പ് മന്ത്രിയായിരുന്ന ഗൗരിയമ്മ ആയിരുന്നു. ഇതു കൂടാതെ പാട്ടക്കുടിയാൻ നിയമം, ജന്മികരം ഒഴിവാക്കൽ നിയമം, ജപ്തി നിയമം, മുദ്രപത്ര നിയമം, ഭൂസംരക്ഷക നിയമം, തിരു–കൊച്ചി ഭൂനികുതി നിയമം തുടങ്ങി നിയമ നിർമ്മാണ സഭയിൽ ഇത്രയധികം നിയമങ്ങൾ അവതരിപ്പിച്ച് പാസ്സാക്കിയ വനിതകൾ നമ്മുടെ രാജ്യത്ത് അപൂർവമായിരിക്കും.

അഖിലേന്ത്യാ ജനാധിപത്യ മഹിളാ അസോസിയേഷന്റെ ആദ്യ രൂപമായ കേരള മഹിളാ ഫെഡറേഷന്റെ പ്രസിഡന്റായി 1967 മുതൽ 1976 വരെയും സെക്രട്ടറിയായി 1976 മുതൽ 1987 വരെയും പ്രവർത്തിച്ച ഗൗരിയമ്മ കാൽ നൂറ്റാണ്ട് കാലം കേരള കർഷകസംഘത്തിന്റെ സംസ്ഥാന പ്രസിഡന്റായും പ്രവർത്തിച്ചിട്ടുണ്ട്. കേരള നിയമസഭയിലേക്ക് ഏറ്റവുംകൂടുതൽ തവണ തിരഞ്ഞെടുക്കപ്പെട്ട വനിത, ഏറ്റവും കൂടുതൽ കാലം നിയമസഭാ അംഗമായിരുന്ന വനിത എന്നീ റെക്കോർഡുകളെല്ലാം ഗൗരിയമ്മയ്ക്ക് അവകാശപ്പെട്ടതാണ്.

കേരളത്തിലെ സ്ത്രീകളുടെ സാമൂഹികാവസ്ഥ മെച്ചപ്പെടുത്തുന്നതിനും, സ്ത്രീകൾക്കുനേരെ നടക്കുന്ന അതിക്രമങ്ങളും അനാരോഗ്യ പ്രവണതകളും അന്വേഷിക്കുന്നതിനുമായി കേരള വനിതാകമ്മീഷൻ രൂപീകരിക്കുന്ന നിയമനിർമ്മാണത്തിന്റെ ശിൽപ്പിയും ഗൗരിയമ്മ തന്നെയായിരുന്നു. സാമൂഹിക പുരോഗതിക്കു വിലങ്ങുതടിയായ, സാമൂഹ്യ ശരീരത്തിലെ ക്യാൻസറായി മാറിയ അഴിമതിക്കെതിരെ അഴിമതി നിരോധനനിയമം കേരള നിയമസഭയിൽ അവതരിപ്പിച്ചതും സഖാവ് ഗൗരിയമ്മയായിരുന്നു. തന്റെ കക്ഷികൾക്കായി അഭിഭാഷക വൃത്തിയിൽ തിളങ്ങി, കോടതിമുറികളിൽ ഒതുങ്ങാതെ മർദ്ധിതജനതയുടെ മോചനത്തിനുവേണ്ടി വാദിക്കുകയും അവരെ സാമൂഹ്യപുരോഗതിയിലേക്ക് കൈപിടിച്ചുയർത്തുവാൻ രാഷ്ട്രീയ പ്രവർത്തനത്തെ ഉപയോഗപ്പെടുത്തുകയും ചെയ്ത ധീരവനിതാണ് ഗൗരിയമ്മ. ഒരു നൂറ്റാണ്ടിലധികം ദൈർഘ്യമേറിയ ഗൗരിയമ്മയുടെ ജീവിതത്തിലെ ഏഴരദശാബ്ദക്കാലത്തെ പൊതുജീവിതം സ്ത്രീ സമത്വത്തിനും സ്വാതന്ത്ര്യത്തിനും വേണ്ടിയുള്ള പോരാട്ടങ്ങളുടെ നിലയ്ക്കാത്ത പ്രവാഹമായിരുന്നു. പൊതുരംഗത്തും ജനപ്രതിനിധി സഭയിലും സംഘടനാ വേദികളിലുമെല്ലാം അഭിപ്രായപ്രകടനത്തിനും നയരൂപീകരണത്തിനും തനിക്ക് ലഭിച്ച അവസരങ്ങൾ ദുർബല ജനവിഭാഗങ്ങളുടെ ക്ഷേമത്തിനായും സ്ത്രീകളുടെ സാമൂഹ്യ പുരോഗതിക്കായും വിനിയോഗിക്കുന്നതിനും അതീവ ജാഗ്രതയോടെ പ്രവർത്തിച്ച പൊതു പ്രവർത്തകയായിരുന്നു.

അഖിലേന്ത്യാ ജനാധിപത്യമഹിളാ അസോസിയേഷന്റെ നാല് ദശാബ്ദക്കാലത്തെ പ്രവർത്തനങ്ങളിൽ കേരളത്തിലെ സ്ത്രീവിമോചന പോരാട്ടങ്ങളിലും സ്ത്രീ സമത്വത്തിനായുള്ള പ്രക്ഷോഭങ്ങളിലും ആവേശോജ്ജ്വലമായ നേതൃത്വമാണ് ഗൗരിയമ്മ നിർവ്വഹിച്ചത്. കേരളത്തിൽ കമ്യൂണിസ്റ്റ് പ്രസ്ഥാനം കെട്ടിപ്പടുക്കുന്നതിന് നിർണ്ണായക പങ്കുവഹിച്ച സഖാവ് ഗൗരിയമ്മ ഐക്യകേരളത്തിലെ സ്ത്രീ വിമോചനപോരാട്ടങ്ങളുടെ ദീപശിഖാവാഹക മാത്രമല്ല ആധുനിക കേരളത്തിന്റെ വിധിനിർണ്ണയിച്ച സാമൂഹ്യമാറ്റങ്ങളുടെ തേരാളിയുമാണ്.

സുശീല ഗോപാലൻ

ആമുഖം

ഞാൻ അഞ്ചാം ക്ലാസിൽ പഠിക്കുമ്പോഴാണ് സ ഖാവ് സുശീല ഗോപാലനെ ആദ്യമായി കാണു ന്നത്. മഹിളാ സമാജം ഞങ്ങളുടെ സ്കൂളിൽ സംഘടിപ്പിച്ച എക്സിബിഷൻ ഉദ്ഘാടനം ചെയ്യു ന്നതിന് വേണ്ടി എത്തിയതായിരുന്നു അവർ. മഹാ നായ എ കെ ജിയുടെ പത്നിയെന്ന നിലയിലാണ് അവർ ഞങ്ങളുടെ നാട്ടിൽ അറിയപ്പെട്ടിരുന്നത്. എന്നാൽ അത് മാത്രമായിരുന്നില്ല, സ്റ്റേറ്റ് യൂണി യൻ രംഗത്തും, മഹിളാ സംഘടന കെട്ടിപ്പടുക്കു ന്നതിലുമെല്ലാം വളരെ നിർണായകമായ നേതൃത്വം ആ കാലഘട്ടത്തിൽത്തന്നെ അവർ വഹിച്ചിരുന്നു

വെന്നത് അന്ന് ചെറിയ കുട്ടിയായിരുന്ന എനിക്ക് അറിയുമായിരുന്നില്ല.

1977 ൽ കമ്യൂണിസ്റ്റ് പാർട്ടി ഓഫ് ഇന്ത്യ (മാർക്സിസ്റ്റ്) ന്റെ സംസ്ഥാന സമ്മേളനം കണ്ണൂരിൽ വച്ച് നടക്കുമ്പോഴാണ് ഞാൻ സുശീല ഗോപാലനെ വീണ്ടും കാണുന്നത്. പൊതുസമ്മേളനവുമായി ബന്ധപ്പെട്ട് നടന്ന പ്രകടനങ്ങളിലും മാർച്ചിലും പങ്കെടുക്കുമ്പോൾ വളരെ ദൂരെ നിന്ന് മാത്രമാണ് സ്റ്റേജിൽ ഇരിക്കുന്ന സുശീല ഗോപാലനെ കാണാൻ സാധിച്ചത്. സമുന്നതരായ നേതാക്കൾക്കൊപ്പം സഖാവ് ഗൗരിയമ്മ യെയും സുശീല ഗോപാലനെയും പോലുള്ള വളരെ ചുരുക്കം സ്ത്രീക ളുള്ള വേദിയായിരുന്നു അത്. അതുകൊണ്ടുതന്നെ വളരെ വലിയ ഒരു ആദരവായിരുന്നു എനിക്ക് അവരോട്. പിന്നീട് ഡി വൈ എഫ് ഐയുടെ ജില്ലാ കമ്മിറ്റിയിലേക്കും സ്റ്റേറ്റ് കമ്മിറ്റിയിലേക്കും വരാനിടയായതിനെ ത്തുടർന്നാണ് പ്രിയങ്കരിയായ കേരളത്തിന്റെ നേതാവ് സുശീല ഗോപാ ലനെ അടുത്തറിയാനും പ്രവർത്തിക്കാനും സാധിച്ചത്. ആ ഘട്ടത്തിലാണ് അവരുടെ മകൾ ലൈലയെയും അടുത്തറിയാൻ സാധിച്ചത്. പുറമെ വളരെ സന്തോഷത്തോടെ പെരുമാറുമ്പോഴും സ്ത്രീകളുടെ പ്രശ്നത്തെ പ്പറ്റിയും, അവരുടെ അവകാശങ്ങൾക്കുവേണ്ടി പൊരുതാനും പ്രവർത്തി ക്കാനും ഗ്രാമങ്ങളിലേക്കും നാട്ടിൻപുറത്തേക്കും പോയി തൊഴിലാളികളെ സംഘടിപ്പിക്കാനും സദാ സന്നദ്ധമായി നിൽക്കുമ്പോഴും, അവരുടെ ഉള്ളിലെ ഒരു ദുഃഖം എനിക്ക് പലപ്പോഴും കാണാൻ സാധിച്ചിട്ടുണ്ട്. മക ളുടെ ആരോഗ്യപ്രശ്നങ്ങൾ അവരെ വല്ലാതെ വേദനിപ്പിച്ചിരുന്നു. കമ്മി റ്റികളിൽ ഉൾപ്പെടെ വളരെ കർക്കശമായ നിലപാടുകൾ എടുത്തിരുന്ന സഖാവ് വീട്ടിലെത്തിക്കഴിഞ്ഞാൽ തികച്ചും ഒരു അമ്മയും അമ്മൂമ്മയും ആയിരുന്നു.

ജനപ്രതിനിധി എന്ന നിലയിലും, പാർലമെന്റേറിയൻ എന്ന നിലയിലും സംഘടനാരംഗത്തും ഭരണരംഗത്തും ജനങ്ങൾക്ക് സന്തോഷവും വിശ്വാസവും പ്രതീക്ഷയും നൽകുന്ന രീതിയിലുള്ള ഇടപെടലുകൾ ആയിരുന്നു സുശീല ഗോപാലന്റേത്. വളരെ മാതൃകാപരമായ പൊതു പ്രവർത്തനത്തിന്റെ ഉടമയായി ജീവിതകാലം മുഴുവൻ പ്രവർത്തിക്കാൻ അവർക്കു സാധിച്ചു. അതുതന്നെയാണ് സഖാവ് സുശീല ഗോപാലന്റെ വിജയം എന്ന് ഞാൻ ഉറച്ചു വിശ്വസിക്കുന്നു. മഹാനായ, പാവങ്ങളുടെ പടത്തലവൻ എന്ന് ഏവരും പേരെടുത്ത് വിളിക്കുന്ന സഖാവ് എ കെ ജിയുടെ പ്രിയ പത്നി എന്ന നിലയ്ക്ക് മാത്രമല്ല സ്ത്രീകളുടെ അവകാശങ്ങൾക്കുവേണ്ടി പോരാടിയ, അവർക്കുവേണ്ടിയുള്ള നിയമനിർമ്മാണങ്ങളിൽ പാർലമെന്റിൽ ശ്രദ്ധേയമായ പങ്കുവഹിച്ചിട്ടുള്ള നേതാവ് കൂടിയാണ് സഖാവ് സുശീല ഗോപാലൻ. എല്ലാ അർത്ഥ ത്തിലും കേരളത്തിന്റെ ഭരണരംഗത്തും, സംഘടനാ രംഗത്തും നിറഞ്ഞു നിന്ന സഖാവ് സുശീല ഗോപാലൻ ഇന്ത്യയിലെത്തന്നെ ഏറ്റവും വലിയ പ്രസ്ഥാനത്തിന്റെ അമരക്കാരിയായി പ്രവർത്തിച്ചുവെന്നത് അഭിമാന ത്തോടെ ഓർക്കാൻ കഴിയുന്ന കാര്യമാണ്. •

വിപ്ലവ നായിക

'ഒരു വനിതാ സഖാവിന്റെ കഥ, ആ സഖാവിന്റെ മാത്രമല്ല, അവരോടൊപ്പം അവർക്ക് മുമ്പും പിമ്പും ജീവിച്ചിരുന്ന, ചരിത്രത്താളുകളിൽ ഒരിടത്തും ആലേഖനം ചെയ്യപ്പെട്ടിട്ടില്ലാത്ത, ഒട്ടനവധി പേരുടെ പോരാട്ടങ്ങളുടെകൂടി കഥയാണ്.'

– വൃന്ദ കാരാട്ട്

സുശീല ഗോപാലൻ എന്ന വിപ്ലവ നായികയുടെ ജീവിതം ഈ വരികളിൽ പ്രതിഫലിക്കുന്നു. എ കെ ജിയെപ്പോലൊരു അസാമാന്യ വ്യക്തിത്വത്തിന്റെ ജീവിതസഖി എന്നതിനപ്പുറം ത്യാഗനിർഭരമായ രാഷ്ട്രീയ പ്രവർത്തനങ്ങളിലൂടെ സ്വന്തം പാദ മുദ്രകൾ പതിപ്പിച്ച വ്യക്തിത്വമാണ് സുശീല ഗോപാലന്റേത്. ഒരു വിപ്ലവകാരി രൂപപ്പെടാൻ പറ്റിയ ചുറ്റുപാടുകളിലാണ് സുശീല ജനിച്ചുവളർന്നത്. എങ്കിലും സ്വന്തം ഇച്ഛാശക്തിയും പ്രയത്നവും ഇടതുപക്ഷ പ്രത്യയശാസ്ത്രവുമാണ് സഖാവ് സുശീലയെ രൂപപ്പെടുത്തിയത്. സാമൂഹ്യ പരിഷ്കരണ പ്രസ്ഥാനങ്ങളുടെയും ഫ്യൂഡൽ വിരുദ്ധ പോരാട്ടങ്ങളുടെയും പശ്ചാത്തലത്തിൽ വളർന്ന്, വിപ്ലവ പ്രസ്ഥാനത്തിന്റെ പോരാട്ട ഭൂമികയിൽ അടിപതറാത്ത നേതൃത്വമായി ഉയർന്ന സുശീല ഗോപാലന്റെ ജീവിതം സ്ത്രീ മുന്നേറ്റ ചരിത്രത്തിലെ വിസ്മരിക്കാനാവാത്ത ഒരു അധ്യായമാണ്.

കുടുംബ പശ്ചാത്തലം

കർഷകപ്രക്ഷോഭങ്ങളുടെ ഭൂമികയായ ആലപ്പുഴയിലെ മുഹമ്മയിൽ, ചീരപ്പൻചിറ തറവാട്ടിൽ, 1929 ഡിസംബർ 13 നാണ് സുശീല ജനി

ച്ചത്. ആയോധനകലയിൽ പ്രാവീണ്യരായ ചീരപ്പൻചിറ കുടുംബത്തിന്റെ പുത്രിയായ മാധവിയുടെ നാലു മക്കളിൽ ഇളയ മകളായ സുശീല അമ്മയുടെ തറവാട്ടിലാണ് വളർന്നത്. ദാമ്പത്യബന്ധം ഉപേക്ഷിച്ച് വീട്ടിലെത്തിയ മാധവിയെ സ്വീകരിക്കാൻ കുടുംബക്കാർ ഒരു വിമുഖതയും കാട്ടിയില്ല. അച്ഛനും സഹോദരനും അടങ്ങുന്നവരുടെ ഇടപെടലുകളിലൂടെ മാധവിക്കു കിട്ടിയ ആത്മവിശ്വാസം ഒറ്റയ്ക്ക് തന്റെ നാല് മക്കളെ വളർത്താൻ ചങ്കൂറ്റം ഉണ്ടാക്കിക്കൊടുത്തു. ജന്മംകൊണ്ട് ഒരു കർഷകത്തൊഴിലാളി ആയിരുന്നില്ലെങ്കിലും തൊഴിലാളികൾക്കും വിപ്ലവ പ്രസ്ഥാനത്തിന്റെ നേതാക്കന്മാർക്കും എന്നും ഒരു അഭയകേന്ദ്രമായിരുന്നു മാധവിയുടെ ഭവനം. അസാമാന്യ ധീരതയുടെ ആൾരൂപമായിരുന്ന മാധവിയമ്മ സുശീലയ്ക്ക് എന്നും ഒരു മാതൃക തന്നെയായിരുന്നു. സുശീലയുടെ മൂത്ത സഹോദരൻ സുരേന്ദ്രൻ സാമൂഹ്യ രാഷ്ട്രീയ പ്രവർത്തനങ്ങളിൽ സജീവമായിരുന്നു. ചെറുപ്പത്തിൽ മരിച്ചുവെങ്കിലും അമ്മയിലും പ്രിയ സഹോദരിയിലും ശരിയായ രാഷ്ട്രീയ ബോധത്തിന്റെ തീക്കനലുകൾ കോരിയിട്ട ശേഷമാണ് അവരെ വിട്ടുപിരിഞ്ഞത്. രണ്ടാമത്തെ സഹോദരൻ മിതാശയൻ പട്ടിണിപ്പാവങ്ങളുടെ സംഘബോധത്തെ ഉണർത്തി അവരോടൊപ്പം പ്രവർത്തിച്ചിരുന്ന ആളായിരുന്നു.

മൂന്നു വയസ്സ് പ്രായവ്യത്യാസം മാത്രം ഉണ്ടായിരുന്ന സരോജിനി തന്റെ സഹോദരിയായ സുശീലയെ തികഞ്ഞ പക്വതയോടെ, ജേഷ്ഠ സഹോദരിയുടെ ഉത്തരവാദിത്വത്തിൽ നിന്നുകൊണ്ട് സ്നേഹിച്ചു. സരോജിനിയുടെ 'കൊച്ചു കുഞ്ഞായിരുന്നു' സുശീല എങ്കിൽ സുശീലയുടെ കളിക്കൂട്ടുകാരിയായിരുന്നു 'അക്കൻ.' പിൽക്കാലത്ത് സേവനപാതയിലായിരുന്ന സുശീലയ്ക്ക് തന്റെ മകളെ വളർത്താൻ സഹായിയായതും അക്കൻ തന്നെയായിരുന്നു. ഒരിക്കൽ ജയിലിൽ കാണാനെത്തിയവരുടെ കൂട്ടത്തിൽ സരോജിനിയെ കാണാതായ വേളയിൽ സുശീല ഭയപ്പെട്ട കഥ തന്റെ സഹോദരിയെ എത്രമേൽ അവർ സ്നേഹിച്ചിരുന്നു എന്നതിന് തെളിവാണ്. വിപ്ലവ പ്രസ്ഥാനത്തിന്റെ ചരിത്രത്തിൽ സുശീലയെ മാത്രമല്ല, സരോജിനി എന്ന പരിവർത്തന വാദിയെയും കാണാൻ കഴിയും. സരോജിനിയുടെ കുടുംബവും ജനങ്ങൾക്കുവേണ്ടി ജീവിച്ചു മരിച്ചവരാണ്. ഇങ്ങനെ വിപ്ലവം രക്തത്തിൽ അലിഞ്ഞുചേർന്നിരുന്ന കുടുംബ പശ്ചാത്തലത്തിൽ വളർന്ന സുശീലയും വിപ്ലവപാത തെരഞ്ഞെടുത്തതിൽ ഒരു ആശ്ചര്യവുമില്ല.

വിപ്ലവകാരിയായുള്ള പരിണാമം

വിദ്യാഭ്യാസ കാലഘട്ടത്തിൽ തുടങ്ങിയ സംഘടനാ പ്രവർത്തനവും

സാമൂഹിക സേവനതത്വരയും അവകാശങ്ങൾ ആരുടെയും ഔദാര്യമല്ല എന്നുള്ള തിരിച്ചറിവും എല്ലാം നന്നേ ചെറുപ്പത്തിൽ തന്നെ സുശീലയിൽ വേരോടി. മുഹമ്മ ഗവൺമെന്റ് എൽ പി എസ്, വി കെ പി മെമ്മോറിയൽ സ്കൂൾ, എസ് ഡി വി ഹൈസ്കൂൾ എന്നിവിടങ്ങളിലായിരുന്നു സുശീലയുടെ സ്കൂൾ വിദ്യാഭ്യാസം.

1930 കളിലെ സാമൂഹ്യ രാഷ്ട്രീയ അന്തരീക്ഷങ്ങളിൽ ഉണ്ടായ മാറ്റൊലികൾ സുശീലയെ സമരമുഖത്തേക്ക് ഇറക്കി. ദിവാൻ ഭരണത്തിനെതിരെയുള്ള പോരാട്ടം കണ്ടുവളർന്ന സുശീല കായംകുളം ഗേൾസ് ഹയർ സെക്കൻഡറി സ്കൂളിൽ പഠിക്കുമ്പോൾ കുട്ടികളെ സംഘടിപ്പിച്ച് ദിവാനെതിരെ നടന്ന പ്രകടനത്തിൽ പങ്കെടുക്കുകയും സ്കൂളിൽ നിന്ന് പുറത്താക്കപ്പെടുകയും ചെയ്തു. പിന്നീട് ആലപ്പുഴ എസ് ഡി വി സ്കൂളിൽ പഠനം തുടർന്ന സുശീലയ്ക്ക് തന്റെ അമ്മാവന്മാരുടെ പൂർണ പിന്തുണയും രാഷ്ട്രീയ പ്രവർത്തനങ്ങളിൽ ലഭിച്ചു. മാധവിയമ്മയുടെ വീട്ടിൽ ഒളിവിൽ താമസിക്കാൻ എ കെ ജി വരുന്നതോടുകൂടി പുതിയ ഒരു ലോകംതന്നെ സുശീലയുടെ മുന്നിൽ തുറക്കപ്പെട്ടു. സുശീലയുടെ ഉള്ളിൽ ഉണ്ടായിരുന്ന വിപ്ലവകാരിയെ എ കെ ജി തിരിച്ചറിഞ്ഞു. പുരോഗമന ചിന്തകൾ ആഴത്തിൽ വളർത്താനും സഹായിച്ചു. ലോകത്താകമാനവും ഇന്ത്യയിലും നടന്ന രാഷ്ട്രീയ മാറ്റങ്ങളെ സംബന്ധിച്ചുള്ള അറിവ് എ കെ ജിയിൽ നിന്ന് സുശീല നേടി. പിന്നീട് എ കെ ജിയുടെ പ്രവർത്തനങ്ങൾ നേരിട്ട് കണ്ടതോടുകൂടി സമരമുഖത്തേക്കിറങ്ങാൻ സുശീല നിശ്ചയിച്ചു. എന്നാൽ വീട്ടിലെ എതിർപ്പും സാഹചര്യങ്ങളും അന്നതിന് വഴിമുടക്കി. സുശീലയിൽ വളർന്നുവന്ന സമരോത്സുകതയും സ്വാതന്ത്ര്യവാഞ്ഛയും അമ്മാവനായ കരുണാകര പണിക്കർ തിരിച്ചറിഞ്ഞിരുന്നു. ചെറു യോഗങ്ങളിലും പരിപാടികളിലും സംബന്ധിക്കുന്നതിന് അദ്ദേഹം അവസരം ഒരുക്കിക്കൊടുക്കുകയും ചെയ്തു. പഠിക്കുന്ന സ്കൂളിലും പരിസരങ്ങളിലും തുടങ്ങിയ സുശീലയുടെ സംഘടനാ പ്രവർത്തനം പ്രദേശത്തെങ്ങും വ്യാപിക്കാൻ തുടങ്ങി. യോഗങ്ങളിലെ പ്രസംഗങ്ങൾ ശ്രദ്ധയോടെ കേൾക്കുകയും പ്രകടനങ്ങളിൽ മുദ്രാവാക്യം വിളിച്ചു കൊടുക്കുകയും ഇക്കാലത്ത് സുശീല ചെയ്യുമായിരുന്നു.

പാലിയം റോഡിലൂടെ അവർണ്ണർക്കും സഞ്ചരിക്കാനുള്ള സ്വാതന്ത്ര്യത്തിനുവേണ്ടി നടന്ന പാലിയം സത്യഗ്രഹം അന്നത്തെ നാടുവാഴി ജന്മി സമ്പ്രദായങ്ങളോടുള്ള പ്രതിഷേധമായിരുന്നു. അന്ന് അവിടേക്ക് പോകണമെന്ന് അതിയായി ആഗ്രഹിച്ച സുശീലയ്ക്ക് പക്ഷേ, അതിനായില്ല. സമരത്തിൽ പങ്കെടുത്ത വിദ്യാർത്ഥികളായ നമ്പൂതിരി സ്ത്രീകൾ സുശീലയെ ഏറെ സ്വാധീനിച്ചു. പട്ടാളം അറസ്റ്റ് ചെയ്യാൻ വരുന്നെന്ന

റിഞ്ഞ് അവർ അവിടെനിന്ന് സാഹസികമായി രക്ഷപ്പെട്ട കഥകൾ സുശീലയ്ക്ക് ആവേശം പകർന്നു. കുടുംബത്തിന്റെ കെട്ടുപാടുകൾ പൊട്ടിച്ച് തന്റേതായ തീരുമാനങ്ങൾ എടുത്തു മുമ്പോട്ട് പോകാനായി സുശീല തീരുമാനിച്ചു.

ദിവാനെതിരെ നടന്ന പ്രകടനത്തിൽ പങ്കെടുത്തതിന് സ്കൂളിൽ നിന്നും പുറത്തായ സുശീലയ്ക്ക് ഇന്റർ മീഡിയറ്റിന് കൊല്ലം എസ് എൻ കോളേജിൽ അഡ്മിഷൻ ലഭിച്ചുവെങ്കിലും പിന്നീട് തുടർപഠനം നിഷേധിച്ചതിനെ തുടർന്നാണ് തൃശ്ശൂർ സെന്റ് മേരിസിൽ ചേർന്നത്. ജയിലിലായിരുന്ന എ കെ ജിയുമായി കത്തുകളിലൂടെ ബന്ധപ്പെട്ടതിന് കോളേജിൽനിന്നും പുറത്താക്കപ്പെട്ടു. എന്നാൽ ഇതിലൊന്നും തളരാതെ സുശീല തിരികെ നാട്ടിലെത്തി സാമൂഹിക രാഷ്ട്രീയ പ്രവർത്തനം തുടർന്നു. മുഹമ്മയിൽ എത്തി ട്രേഡ് യൂണിയനും മഹിളാ പ്രസ്ഥാനവും ശക്തിപ്പെടുത്തുവാനുള്ള പ്രവർത്തനങ്ങളിൽ ഏർപ്പെട്ടു. ഇതിനിടയിൽ കൊല്ലം എസ് എൻ കോളേജിൽ ബി എ പഠനം തുടരാൻ നിശ്ചയിച്ചുവെങ്കിലും അവിടെയും പ്രവേശനം നിഷേധിക്കപ്പെട്ടു. തുടർന്ന് തിരുവനന്തപുരം വിമൻസ് കോളേജിൽ ചേർന്നു.

സേലം ജയിലിൽ നിരായുധരായ തടവുകാരെ വെടിവെച്ചുകൊന്ന സംഭവം അക്കാലത്താണ് നടന്നത്. തമിഴ്നാട്ടിലെ മധുരയിലും തഞ്ചാവൂരിലും സഖാക്കളെ മർദ്ദിക്കുകയും ജനങ്ങളുടെ മുന്നിലിട്ട് വെടിവെച്ചു കൊല്ലുകയുമുണ്ടായി. തെലങ്കാനയിലും സമാനമായ അന്തരീക്ഷം രൂപപ്പെട്ടു. നൈസാം ഭരണത്തിനും ജന്മിത്തത്തിനും എതിരായ തെലങ്കാന സമരം ശക്തിപ്പെട്ടു. ഇന്ത്യയിലും കേരളത്തിലും കമ്യൂണിസ്റ്റ് വേട്ടയുടെ കാലമായിരുന്നു ഇത്. ഈ സാമൂഹ്യാന്തരീക്ഷത്തിൽ തനിക്ക് പറ്റുന്ന തരത്തിൽ സുശീലയും സംഘടനാ പ്രവർത്തനത്തിൽ പങ്കാളിയായി. നിരോധിച്ച പാർട്ടിയും സഖാക്കളുമായി ബന്ധപ്പെട്ടതിന് വീണ്ടും സുശീല കോളേജിൽ നിന്ന് പുറത്താക്കപ്പെട്ടു.

നാട്ടിലെത്തിയ സുശീല കയർ തൊഴിലാളികൾക്കിടയിലും കർഷക തൊഴിലാളികൾക്കിടയിലും കൂടുതൽ പ്രവർത്തിക്കുവാൻ തുടങ്ങി. വീട്ടുകാരുടെ കർശനമായ ഇടപെടലിനെ തുടർന്ന് വീണ്ടും ആലപ്പുഴ എസ് ഡി കോളേജിൽ ചേർന്ന് ബി എ പഠനം പുനരാരംഭിച്ചു. നാല് കോളേജുകളിലായി ബിരുദ പഠനം പൂർത്തിയാക്കുകയാണുണ്ടായത്. ഇങ്ങനെ പഠനകാലത്തും തന്റെ ചുറ്റുമുള്ള മനുഷ്യരുടെ വിഷമങ്ങളെ തിരിച്ചറിഞ്ഞ് അവർക്കുവേണ്ടി അവരിൽ ഒരാളായി സുശീല പ്രവർത്തിച്ചിരുന്നു.

നേരിട്ട തടസ്സങ്ങളെയെല്ലാം തട്ടിനീക്കി സുശീലയുടെ രാഷ്ട്രീയ ജീവിതം മുന്നോട്ടുപോയി. വ്യക്തിജീവിതത്തിലും രാഷ്ട്രീയത്തിലും

തോറ്റു പിന്മാറുന്ന ശീലം സുശീലയ്ക്ക് ഇല്ലായിരുന്നു. കോളേജ് പഠനം ഇടയ്ക്ക് വെച്ച് മുടങ്ങിയപ്പോഴും പഠനത്തോടൊപ്പം പാവപ്പെട്ട ജനങ്ങൾക്കും ദുരിതമനുഭവിക്കുന്ന തൊഴിലാളികൾക്കും വേണ്ടി സുശീല പ്രവർത്തിച്ചു. പിൽക്കാലത്ത് കമ്യൂണിസ്റ്റ് പാർട്ടിക്കെതിരായ അക്രമങ്ങൾ ശക്തിയാർജ്ജിച്ചപ്പോഴും സഖാക്കൾ വേട്ടയാടപ്പെട്ടപ്പോഴും ശത്രുക്കൾ നുണപ്രചാരണം നടത്തിയപ്പോഴും ഒരടിപോലും പതറാതെ സുശീല നിലകൊണ്ടു. പാർലമെന്റിൽ എത്തിയപ്പോഴും മാതൃകാ നേതാവായി. പുതുതലമുറയിലെ പ്രാഗല്ഭ്യമുള്ള നേതാക്കളെ വളർത്തിയെടുക്കുന്നതിൽ മാറ്റിനിർത്താനാകാത്ത പങ്കുവഹിച്ചു. നായനാർ, പ്രകാശ് കാരാട്ട്, വൃന്ദാ കാരാട്ട് എന്നിവരെല്ലാം സുശീലയുടെ പ്രിയപ്പെട്ട സഖാക്കളായി. മന്ത്രി പദവിയിലായിരുന്നപ്പോഴും ജനങ്ങളുടെ ആവശ്യങ്ങൾ അറിഞ്ഞ് പ്രവർത്തിക്കാൻ സുശീല മറന്നില്ല.

എ കെ ജിയുടെ കടന്നുവരവ്

സുശീലയുടെ അമ്മാവൻ കരുണാകര പണിക്കരുടെ ഉറ്റതോഴൻ വഴിയാണ് കമ്യൂണിസ്റ്റ് പാർട്ടി നിരോധിക്കപ്പെട്ടിരുന്ന സമയത്ത് എ കെ ജി മാധവിയുടെ വീട്ടിൽ ഒളിവിൽ പാർക്കാൻ എത്തിയത്. തറവാടിന്റെ പുറകിൽ കവുങ്ങും ഓലയുംകൊണ്ടു തീർത്ത ഷെഡിലായിരുന്നു അദ്ദേഹത്തിന്റെ താമസം. അവിടേക്ക് അവശ്യസാധനങ്ങൾ കൊണ്ടുകൊടുക്കുവാൻ പോയിരുന്ന സുശീല പെട്ടെന്നുതന്നെ അദ്ദേഹത്തിന്റെ വാത്സല്യത്തിന് പാത്രമായി. അദ്ദേഹം സുശീലയ്ക്കും സരോജിനിക്കും മിതാശയനുമൊപ്പം സമയം ചെലവഴിക്കുകയും അടുത്ത് ഇടപഴകുകയും ചെയ്തു. അങ്ങനെ കുടുംബത്തിന്റെ പ്രിയപ്പെട്ട എൻ പി അണ്ണനായി എ കെ ജി മാറിയിരുന്നു.

നാട്ടിൽ നടമാടുന്ന അനീതികൾക്കെതിരെയുള്ള പ്രതിഷേധം സുശീലയിൽ കാണാനിടയായ എ കെ ജി അവളുമായി രാഷ്ട്രീയ ചർച്ചകൾ നടത്തിയിരുന്നു. എ കെ ജിയെ കാണാനെത്തിയിരുന്ന നേതാക്കളുമായി സംസാരിക്കുമ്പോൾ അവിടെ ചെന്ന് നിൽക്കാനുള്ള അനുവാദം അവൾക്ക് ലഭിച്ചു. ആ പ്രായത്തിൽ തന്നെ എ കെ ജിയുമായി വാദപ്രതിവാദങ്ങൾ തന്നെ നടത്താവുന്ന തരത്തിലേക്ക് സുശീല എത്തിയിരുന്നു. ലോകത്തെമ്പാടും ഇന്ത്യയിലും നടക്കുന്ന പോരാട്ടങ്ങളെല്ലാം എ കെ ജിയിലൂടെ സുശീല അറിയാൻ തുടങ്ങി. ഒരേസമയം അവരുടെ സുഹൃത്താകാനും മാതൃകയാകാനും അദ്ദേഹത്തിന് കഴിഞ്ഞു. കഥയിലൂടെയും കവിതയിലൂടെയും സുശീലയെ അദ്ദേഹം രാഷ്ട്രീയം പഠിപ്പിച്ചു. സമൂഹത്തിലെ അനീതിയെക്കുറിച്ചുള്ള ശരിയായ ചിത്രം സുശീല എ കെ ജിയിലൂടെ മനസ്സിലാക്കി. ക്രമേണ അദ്ദേഹം അവളുടെ മനസ്സിലെ

വീരനായകനായി മാറിക്കഴിഞ്ഞിരുന്നു. ആത്മാർത്ഥ സുഹൃത്തുക്കളായി മാറിക്കഴിഞ്ഞിരുന്നെങ്കിലും ജയിൽചാടി എത്തിയിരുന്നതായിരുന്നു താനെന്ന് എ കെ ജി സുശീലയോട് പറഞ്ഞിരുന്നില്ല. ഒട്ടും പ്രതീക്ഷിക്കാതെതന്നെ മൂന്നു മാസങ്ങൾക്ക് ശേഷം എ കെ ജി യാത്ര പറഞ്ഞിറങ്ങി. പിന്നീട് പത്രത്തിലൂടെ മാത്രമാണ് എൻ പി അണ്ണൻ എന്നത് എ കെ ജി തന്നെയാണെന്ന് അവൾ അറിഞ്ഞത്.

എ കെ ജി സുശീലയുടെ വീട്ടിൽ നിന്ന് പോയതിനുശേഷം രണ്ടാഴ്ച കഴിഞ്ഞപ്പോൾ തന്നെ സുശീലയ്ക്ക് അദ്ദേഹത്തിന്റെ ആദ്യ കത്ത് വന്നു. പിന്നീട് കവിതകളിലൂടെയും കത്തുകളിലൂടെയും അവർ പരസ്പരം അറിഞ്ഞുകൊണ്ടിരിക്കുകയും രാഷ്ട്രീയ സ്ഥിതിഗതികൾ വിലയിരുത്തുകയും ചെയ്തു. ഇടയ്ക്ക് തന്റെ ദുരിതം നിറഞ്ഞ ജീവിതത്തിലേക്ക് സുശീലയെ കൂട്ടിക്കൊണ്ടു വരുവാൻ മടിച്ച എ കെ ജി കത്തുകൾ എഴുതാതായി. എന്നാൽ ഇടക്കാലത്ത് ജയിലിൽ പോകേണ്ടിവന്ന അദ്ദേഹം സുശീല കാത്തിരിക്കുന്ന വിവരമറിഞ്ഞ് വീണ്ടും കത്തുകൾ അയയ്ക്കാൻ തുടങ്ങി. തന്റെ ആദ്യ വിവാഹത്തെപ്പറ്റിയുള്ള വിവരങ്ങളും എ കെ ജി ഈ കത്തുകളിലൂടെയാണ് അറിയിച്ചത്. പിന്നീട് സുശീല കോളേജ് പഠനം തുടങ്ങുമ്പോഴും അവർ രണ്ടുപേരും നിരന്തരം രാഷ്ട്രീയ ചർച്ചകളിൽ ഏർപ്പെട്ടുകൊണ്ട് കത്തുകൾ കൈമാറിക്കൊണ്ടിരുന്നു. രാഷ്ട്രീയ പ്രശ്നങ്ങളിൽ പലപ്പോഴും അസ്വസ്ഥനായിരുന്ന എ കെ ജിക്ക് ആത്മവിശ്വാസം പകർന്നുനൽകാൻ സുശീലയ്ക്ക് കഴിഞ്ഞിരുന്നു. കോയമ്പത്തൂർ ജയിലിലായ അദ്ദേഹത്തെ സുശീല രഹസ്യമായി സന്ദർശിച്ചു. ഇരുവരും സംസാരിക്കുകയും വിവാഹിതരാകാൻ തീരുമാനിക്കുകയും ചെയ്തു.

വിപ്ലവപ്രസ്ഥാനവുമായി ബന്ധപ്പെട്ടതിന്റെ പേരിൽ കോളേജ് വിദ്യാഭ്യാസത്തിന് ഇടയ്ക്കിടയ്ക്ക് പ്രശ്നങ്ങളുണ്ടായിരുന്ന വേളയിൽ നാട്ടിലെ സാമൂഹിക രാഷ്ട്രീയ പ്രശ്നങ്ങൾക്ക് പരിഹാരമുണ്ടാക്കാൻ സുശീല സജീവമായി പ്രവർത്തിച്ചിരുന്നു. ഈ കാലയളവിൽ വീട്ടിൽ വിവാഹക്കാര്യം അവതരിപ്പിക്കുകയും നിരാഹാരത്തിലൂടെ അമ്മയുടെ സമ്മതം വാങ്ങിയെടുക്കുകയും ചെയ്തു. ജയിലിൽ നിന്ന് പുറത്തിറങ്ങി പാർട്ടി പ്രവർത്തനങ്ങളിൽ ഏർപ്പെട്ട എ കെ ജി ഡൽഹിയിലോട്ട് പോകുന്നതിനു മുമ്പായി വിവാഹം നടത്തണമെന്ന് അറിയിച്ചു. അങ്ങനെ അഞ്ചു ദിവസംകൊണ്ട് യാതൊരു വിധത്തിലുള്ള ചടങ്ങുകളും ഇല്ലാതെ ആലപ്പുഴയിലെ യൂണിയൻ ആപ്പീസിൽ വച്ച് ഇരുവരും വിവാഹിതരായി. കേവലം അഞ്ചു ദിവസത്തെ മാത്രം തയ്യാറെടുപ്പുകൾ ഉണ്ടായിരുന്ന വിവാഹത്തിൽ നിരവധി സഖാക്കൾ പങ്കെടുത്തിരുന്നു. മൂന്നുമണിക്ക് നിശ്ചയിച്ചിരുന്ന വിവാഹത്തിന് അഞ്ചുമണിയോടെ എത്തിയ എ കെ

ജിയെ മുദ്രാവാക്യം വിളിച്ചാണ് ജനങ്ങൾ വരവേറ്റത്. സഖാക്കൾ നൽകിയ രക്തഹാരം അണിഞ്ഞ് 9 വർഷത്തെ കാത്തിരിപ്പിനൊടുവിൽ അവർ വിവാഹിതരായി. സഖാക്കളുടെ അനുമോദന പ്രസംഗത്തിനു ശേഷം എ കെ ജിയുടെ മറുപടി പ്രസംഗത്തിൽ അദ്ദേഹം ചേർത്തല താലൂക്കിലെ പട്ടിണിപ്പാവങ്ങൾക്കായി റിലീഫ് ഫണ്ടിന് അഭ്യർത്ഥിക്കുകയാണ് ചെയ്തത്. സുശീല എന്ന സഖാവ് ഇതിനെല്ലാം ഒപ്പം എ കെ ജിയുടെ കൂടെ ഉറച്ചുനിന്നു.

സുശീല ഭാര്യ മാത്രമല്ല സഖാവ് കൂടി ആകണമെന്നാണ് എ കെ ജിയും ആഗ്രഹിച്ചിരുന്നത്. സുശീലയ്ക്ക് അതിന് പൂർണ്ണമായും കഴിയുകയും ചെയ്തു. ഒരു പൊതുപ്രവർത്തകന്റെ കുടുംബം എങ്ങനെയാവണം എന്നതിന് നല്ല ഉദാഹരണമാണ് സുശീല – എ കെ ജി ദമ്പതികളുടെത്. മകൾ ലൈലയുടെ ജനനത്തിനുശേഷം പ്രസ്ഥാനത്തിന്റെയും ജനങ്ങളുടെയും ആവശ്യങ്ങൾക്ക് വേണ്ടി പട പൊരുതുകയായിരുന്ന ഇരുവർക്കും തിരക്കുകളിൽ നിന്ന് മാറിനിൽക്കാൻ കഴിഞ്ഞിരുന്നില്ല. ജനങ്ങൾക്കുവേണ്ടി ഉഴിഞ്ഞുവച്ചിരുന്ന ജീവിതത്തിൽ ഇടയ്ക്കിടെ കിട്ടുന്ന

സുശീല ഗോപാലൻ, ശ്രീമതി ടീച്ചർ, ജോസഫൈൻ സമ്മേളന വേദിയിൽ

നേരം വളരെ കുറച്ചാണെങ്കിലും തന്റെ കുടുംബത്തെ എ കെ ജി വിസ്മരിച്ചിരുന്നില്ല. അദ്ദേഹത്തിന്റെ ഈ തിരക്കുകൾ എല്ലാം മനസ്സിലാക്കി എന്നും സുശീല കൂടെയുണ്ടായിരുന്നു. അവസാനകാലത്ത് ആശുപത്രിയിൽ കഴിയുന്ന വേളയിൽ പോലും സമരത്തിന് മുതിർന്ന എ കെ ജിയുമായി, സുശീല സമാധാനപരമായി ഇടപെട്ട് പ്രശ്നത്തിന് പരിഹാരം കണ്ടെത്താൻ മുന്നിട്ടിറങ്ങിയിട്ടുണ്ട്. തന്റെ പ്രിയപ്പെട്ട സഖാവും പങ്കാളിയും വിട്ടുപിരിഞ്ഞ സാഹചര്യത്തിലും മനോധൈര്യം വിട്ടുകളയാതെ സുശീല നിന്നു. എ കെ ജിയുടെ വഴിയേ തന്റേതായ പാദമുദ്ര പതിച്ചുകൊണ്ട് അവർ യാത്ര തുടർന്നു.

മുഴുവൻ സമയ രാഷ്ട്രീയ പ്രവർത്തക

പാർട്ടിയുടെയും പ്രസ്ഥാനത്തിന്റെയും സമരമുഖത്ത് ഒഴിച്ചുകൂടാനാകാത്ത സുശീല മുഴുവൻ സമയ രാഷ്ട്രീയ പ്രവർത്തകയായി മാറിയത് തികച്ചും സ്വാഭാവികമായിരുന്നു. ജനങ്ങളെ മനസ്സിലാക്കി അവർക്കുവേണ്ടി പ്രയത്നിക്കുകയായിരുന്നു സുശീലയുടെ ശീലം. പാർട്ടി പിളർന്നപ്പോൾ കൂടെ നിന്നിരുന്ന സുഹൃത്തുക്കൾ മറുചേരിയിൽ ചേർന്നപ്പോഴും തന്റെ പ്രത്യയശാസ്ത്രത്തിൽ അവർ അടിയുറച്ച് വിശ്വസിച്ചിരുന്നു. സി പി ഐ (എം) സ്ഥാപക അംഗമായ സുശീല 1964 മുതൽ മരണം വരെയും സംസ്ഥാന കമ്മിറ്റി അംഗമായി പ്രവർത്തിച്ചു. കേരള നിയമസഭയിലേക്കും ലോക്സഭയിലേക്കും പലതവണ തിരഞ്ഞെടുക്കപ്പെട്ടു.

അമരാവതിയിലെ നിരാഹാര സമരം, സമരമുഖങ്ങളിലേക്ക് ധൈര്യപൂർവ്വം ഇറങ്ങിച്ചെല്ലാനും, ഓരോ ഘട്ടത്തെയും മുന്നോട്ട് കൊണ്ടുപോകാനും കഴിയുന്ന തരത്തിലുള്ള അനുഭവ പാഠങ്ങൾ സുശീലയിലേക്ക് പകർന്നുനൽകി. 1967 ൽ അമ്പലപ്പുഴ പാർലമെന്റ് നിയോജകമണ്ഡലത്തിൽ നിന്ന് പാർലമെന്റ് അംഗമായി. 33 വനിതാ അംഗങ്ങളിൽ ഏക സി പി ഐ (എം) വനിതാ പ്രതിനിധി സുശീലയായിരുന്നു. പാർലമെന്ററി പ്രവർത്തനങ്ങൾ കൃത്യമായി മനസ്സിലാക്കി പ്രവർത്തിക്കുവാൻ സുശീല ഏറെ ശ്രദ്ധിച്ചിരുന്നു.

ഡൽഹിയിലെ അശോക റോഡിലുള്ള എ കെ ജിയുടെയും സുശീലയുടെയും ഔദ്യോഗിക വസതി പാർട്ടി ഓഫീസ് കൂടിയായിരുന്നു. പ്രധാന നേതാക്കന്മാരുടെ താമസ സ്ഥലവും, കിസാൻ സഭയുടെ പ്രവർത്തന കേന്ദ്രവും ഈ വസതി തന്നെയായിരുന്നു. ഇന്ദിരാഗാന്ധിയുടെ വസതിക്കു മുന്നിലുള്ള സമരവും, പാർലമെന്റിൽ മലയാളത്തിൽ പ്രസംഗിക്കാനുള്ള അനുവാദം നേടിയെടുക്കുന്നതും, സ്ത്രീകൾക്കെതിരായ അതിക്രമങ്ങൾ തടയുന്നതിനുള്ള നിയമനിർമ്മാണത്തിനായി സഭയ്ക്ക്

അകത്തും പുറത്തും പോരാട്ടം സംഘടിപ്പിച്ചതും എല്ലാം ശ്രദ്ധേയമായ നേട്ടങ്ങളാണ്.

80 കളിൽ ഉണ്ടായ പോരാട്ടത്തിന്റെ ഭാഗമായി അറസ്റ്റ് ചെയ്തപ്പോൾ കോടതിയിൽ സുശീല സ്വയം കേസു വാദിക്കുകയാണുണ്ടായത്. സുശീലയുടെ മുൻകൈയിലാണ് 1983 ൽ ഇന്ത്യൻ ശിക്ഷാനിയമത്തിൽ 498 എ എന്ന വകുപ്പ് കൂട്ടിച്ചേർത്തത്. സ്ത്രീധനത്തിനു വേണ്ടിയോ അല്ലാതെയോ ഭർത്താവോ ഭർത്താവിന്റെ ബന്ധുക്കളോ പെൺകുട്ടികളെ പീഡിപ്പിക്കുന്നത് മൂന്നുവർഷം വരെ തടവും പിഴയും ലഭിക്കാവുന്നതും ജാമ്യം ഇല്ലാത്തതുമായ കുറ്റമായി പ്രഖ്യാപിച്ചത് ഈ നിയമപ്രകാരമാണ്. ഇന്ത്യൻ ശിക്ഷാനിയമത്തിൽ 34 ബി എന്ന വകുപ്പ് കൂട്ടിച്ചേർത്ത് വിവാഹശേഷം ഏഴ് വർഷത്തിനകം പെൺകുട്ടിക്ക് അസ്വാഭാവിക മരണം നടന്നാൽ അതിനു കാരണക്കാരായവർക്ക് കുറഞ്ഞത് 10 വർഷവും പരമാവധി ജീവപര്യന്തം വരെയും തടവുശിക്ഷ നൽകുന്ന തരത്തിലുള്ള ഭേദഗതി ഉണ്ടായതും സുശീല അടക്കമുള്ള മഹിളാ പ്രസ്ഥാനത്തിന്റെ പോരാട്ടത്തിന്റെ ഫലമാണ്. ക്രിമിനൽ നിയമഭേദഗതികൾക്കായുള്ള ജോയിൻ സെലക്ട് കമ്മിറ്റി അംഗം എന്ന നിലയിൽ ക്രിമിനൽ നടപടി നിയമത്തിലും തെളിവു നിയമത്തിലും സ്ത്രീ സൗഹാർദ്ദപരമായി ഭേദഗതി വരുത്താനും സുശീലയ്ക്ക് കഴിഞ്ഞു. 1948 ലെ കുടുംബ കോടതി നിയമം (Family Court Act, 1984) ദേശീയ വനിത കമ്മീഷൻ നിയമം തുടങ്ങിയവയിലും സുശീലയുടെ കൈയൊപ്പ് പതിഞ്ഞിട്ടുണ്ട്. തൊഴിലാളികളുടെ അവകാശങ്ങൾ സംരക്ഷിക്കുന്നതിനും സ്ത്രീകളുടെ പ്രശ്നങ്ങൾ ഉയർത്തിയും ഒട്ടേറെ ഇടപെടലുകൾ സുശീല നടത്തിയിട്ടുണ്ട്.

1996-2001 കാലത്തെ നായനാർ സർക്കാർ മന്ത്രിസഭയിലെ വിട്ടുവീഴ്ചയില്ലാത്ത പോരാളിയാകാൻ സുശീലയ്ക്കായി. മന്ത്രിസഭയുടെ അവസാന നാളുകളിൽ ക്യാൻസറിന്റെ വേദന ശരീരത്തെ തളർത്തുമ്പോഴും വ്യാവസായിക സ്വപ്നങ്ങൾ സാക്ഷാൽക്കരിക്കുന്നതിനും കേരളത്തിന്റെ ഭാവി ശോഭനമാക്കാനും സാമൂഹ്യക്ഷേമ മേഖലയെ വികസിപ്പിക്കുന്നതിനുമായിരുന്നു വ്യവസായമന്ത്രി കൂടിയായ സുശീലയുടെ ശ്രദ്ധ.

ചെറുകിട വ്യവസായ രംഗത്ത് 3,29,654 തൊഴിലവസരങ്ങൾ, 90,293 ചെറുകിട വ്യവസായങ്ങൾ എന്നിങ്ങനെ തൊഴിൽ വളർച്ച ഇക്കാലത്ത് ഉണ്ടാക്കി. 1,15,832 വ്യവസായ യൂണിറ്റുകൾക്ക് പ്രൊവിഷണൽ രജിസ്ട്രേഷൻ, 5,386 യൂണിറ്റുകളിൽ വനിതാ വ്യവസായ പരിപാടികൾ രജിസ്ട്രേഷൻ, വിവിധ കേന്ദ്രങ്ങളിൽ പ്രത്യേക സെല്ലുകൾ, തൊഴിലിടങ്ങളിൽ വനിതകളുടെ ഉന്നമനത്തിനായി സംസ്ഥാനതല സെൽ എന്നി

ങ്ങനെ നിർമ്മിച്ചു. സർവ്വകലാശാലകളിൽനിന്നും സാങ്കേതികവിദ്യയും വൈദഗ്ധ്യവും വ്യവസായികശാലകൾക്ക് കൈമാറാൻ കോഴിക്കോട് റീജണൽ എൻജിനീയറിങ് കോളേജ് എന്നിവയുടെ സഹായത്തോടെ പ്രത്യേക പദ്ധതി നടപ്പിലാക്കിയതും ഇക്കാലയളവിലാണ്. കരകൗശല വ്യവസായ മേഖല പുനരുജ്ജീവിപ്പിക്കുന്നതിന് പുതിയ സെയിൽസ് എംപോറിയങ്ങളും സ്ഥിരമായ പ്രദർശന വിപണന ശൃംഖലകളും കോമൺ ഫെസിലിറ്റി സർവീസ് സെന്ററുകളും ആരംഭിച്ചു. കേരള സംസ്ഥാന വ്യവസായ വികസന കോർപ്പറേഷൻ 2000 ഡിസംബർ വരെയുള്ള കാലയളവിൽ 1457 കോടി രൂപയുടെ മൊത്തം നിക്ഷേപമുള്ള 187 പദ്ധതികൾ പൂർത്തിയാക്കി. ടെക്നോപാർക്കിന്റെ വികസനത്തിന് നിർണായകമായ ഇടപെടലാണ് മന്ത്രിയായിരിക്കെ നടത്തിയത്.

ഖാദി ആൻഡ് വില്ലേജ് ഇൻഡസ്ട്രീസ്, കാക്കനാട്, തുമ്പ, കാക്കാത്തേരി, ഫിലിം വീഡിയോ പാർക്ക് തുടങ്ങിയ കിൻഫ്ര വ്യവസായ പാർക്കുകൾ എന്നിവയുടെ വ്യവസായ വളർച്ചയ്ക്ക് അത്യന്താപേക്ഷിതമായ അടിസ്ഥാന സൗകര്യങ്ങൾ സജ്ജമാക്കിക്കൊടുത്തു. റബ്ബർ ബോർഡുമായി ചേർന്ന് എറണാകുളത്ത് ഐരാപുരത്ത് 100 ഏക്കർ ഭൂമിയിൽ റബ്ബർ പാർക്ക്, അരൂരിൽ മത്സ്യ സംസ്കരണ കയറ്റുമതിക്ക് വേണ്ടി ഇൻഫ്രാസ്ട്രക്ചർ ഫെസിലിറ്റി സെന്ററിനോടൊപ്പം ഇന്റഗ്രേറ്റഡ് ടൗൺഷിപ്പും, വയനാട്ടിലും ഇടുക്കിയിലും ഹെർബൽ പാർക്ക്, കളമശ്ശേരിയിലെ ഹൈടെക് പാർക്ക് തുടങ്ങി നിരവധി കിൻഫ്രയുടെ സംരംഭങ്ങളും ഈ കാലഘട്ടത്തിലെ വ്യവസായ വകുപ്പിന്റെ നേട്ടങ്ങളാണ്.

പൊതുമേഖല സ്ഥാപനങ്ങളുടെ പുനരുദ്ധാരണത്തിൽ വിട്ടുവീഴ്ചയില്ലാത്ത കർശന നടപടികളാണ് സുശീല മന്ത്രി ആയിരിക്കെ സ്വീകരിച്ചത്. കെ എം എം എൽ, ട്രാവൻകൂർ ടൈറ്റാനിയം, കേരള ഓട്ടോമൊബൈൽസ്, ട്രാവൻകൂർ സിമന്റ്സ്, സിൽക്ക്, കയർഫെഡ്, യുണൈറ്റഡ് ഇലക്ട്രിക്കൽസ് എന്നിങ്ങനെ നിരവധി കമ്പനികൾ മന്ത്രിയായിരുന്ന അഞ്ച് വർഷക്കാലയളവിൽ വിറ്റുവരവിൽ വൻ പുരോഗതിയാണ് കൈവരിച്ചത്.

സംസ്ഥാന ശിശുക്ഷേമ സമിതിയെ ഇപ്പോഴുള്ള അവസ്ഥയിലേക്ക് ഉയർത്തിയതിൽ സുശീലയ്ക്ക് വലിയ പങ്കുണ്ട്. ദേശീയ വനിതാ കമ്മീഷന്റെ മാതൃകയിൽ സംസ്ഥാനത്ത് വനിതാ കമ്മീഷൻ രൂപീകരിച്ചത് സുശീലയുടെ നേട്ടമാണ്. 1997 ൽ സാമൂഹ്യക്ഷേമ വകുപ്പിന്റെ കീഴിൽ ആരംഭിച്ച നാഷണൽ ഇൻസ്റ്റിറ്റ്യൂട്ട് ഓഫ് സ്പീച്ച് ആൻഡ് ഹിയറിങ് (NISH) ഇന്ന് കേരളീയരുടെ അഭിമാനമാണ്.

ട്രേഡ് യൂണിയൻ പ്രവർത്തക

1964 ലെ പിളർപ്പിനു ശേഷം ഏറെക്കാലം സി പി ഐ (എം) പ്രവർത്തകർ എ ഐ ടി യു സിയിൽ തുടർന്നെങ്കിലും അത് ഗുണകരമല്ലെന്നുകണ്ട് വിവിധ ട്രേഡ് യൂണിയനെ നയിക്കാൻ ദേശീയ കേന്ദ്രം രൂപീകരിക്കാൻ നടപടികൾ ആരംഭിച്ചു. ഗോവയിൽ ചേർന്ന സമ്മേളനത്തിൽ ഇന്ത്യൻ തൊഴിലാളികളുടെ സംഘടനയ്ക്ക് രൂപംകൊടുക്കാൻ തീരുമാനിച്ചു. 1970 മെയ് 28 മുതൽ 30 വരെ കൽക്കത്തയിൽ യൂണിയൻ കോൺഗ്രസ് നടന്നു. 1971 മുതൽ 77 വരെയുള്ള കാലത്ത് തൊഴിലാളി വർഗ്ഗം അതി ഭയങ്കരമായി അടിച്ചമർത്തപ്പെട്ടു. ഇന്ത്യയിലുടനീളം പ്രതിഷേധങ്ങളും പണിമുടക്കവും ഉണ്ടായി. ഇക്കാലത്ത് കേരളത്തിൽ നടന്ന തൊഴിലാളി സമരങ്ങളുടെ മുന്നിൽത്തന്നെ സുശീലയുണ്ടായിരുന്നു. 1971 നവംബർ 16 ന് എറണാകുളം ജില്ലയിൽ നടന്ന കയർത്തൊഴിലാളികൾ നടത്തിയ പ്രകടനത്തിന് സുശീലയും മീനാക്ഷി അമ്മയും നേതൃത്വം കൊടുത്തു.

വൻതോതിൽ വനിതകളുടെ പങ്കാളിത്തം രാഷ്ട്രീയരംഗത്ത് എല്ലായിടത്തും ഉണ്ടായിരുന്നിട്ടും നേതൃനിരയിലേക്ക് വേണ്ടത്ര വനിതാ പ്രാതിനിധ്യം ഉണ്ടായിരുന്നില്ല. ഇന്ത്യയിലെ ട്രേഡ് യൂണിയൻ പ്രസ്ഥാനങ്ങളുടെ സ്ഥിതിയും ഇതിൽ നിന്ന് വ്യത്യസ്തമായിരുന്നില്ല. കേന്ദ്ര സംഘടനകളിൽ സി ഐ ടി യു മാത്രമാണ് ഇതിൽനിന്ന് വഴിമാറുന്നത്. 1977 ൽ എറണാകുളത്ത് ചേർന്ന സി ഐ ടി യുവിന്റെ രണ്ടാം സമ്മേളനം ഇക്കാര്യത്തിൽ പ്രത്യേക ശ്രദ്ധ നൽകണമെന്ന് തീരുമാനിച്ചു. അങ്ങനെ 1978 ൽ സി ഐ ടി യുവിന്റെ വർക്കിംഗ് കമ്മിറ്റിയിൽ വച്ച് തൊഴിലെടുക്കുന്ന സ്ത്രീകളുടെ കൺവെൻഷൻ മദ്രാസിൽ ചേരാൻ തീരുമാനിച്ചു. അഖിലേന്ത്യാതലത്തിൽ വർക്കിംഗ് വിമൻസ് കോ-ഓർഡിനേഷൻ കമ്മിറ്റി രൂപീകൃതമായി. കേരളത്തിൽ വർക്കിംഗ് വിമൻസ് കോ-ഓർഡിനേഷൻ കമ്മിറ്റി രൂപപ്പെടുത്തിയതിൽ സുശീല നിർണായക പങ്കുവഹിച്ചു.

1971 മുതൽ ശക്തമായി കേന്ദ്ര തൊഴിലാളി വർഗ്ഗത്തെ ഗവൺമെന്റ് അടിച്ചമർത്തിക്കൊണ്ടിരുന്നു. 1976 ജൂൺ 26 ന് ആഭ്യന്തര അടിയന്തരാവസ്ഥ അടിച്ചേൽപ്പിച്ചതോടെ രാഷ്ട്രീയപാർട്ടികളുടെ ട്രേഡ് യൂണിയൻ നേതാക്കന്മാരെല്ലാം തടങ്കലിലായി. ഈ സാഹചര്യത്തിൽ മുന്നോട്ടുവന്ന സ്ത്രീ തൊഴിലാളികളെ സുശീല ഉൾപ്പെടെയുള്ളവരുടെ നേതൃത്വത്തിലാണ് സംഘടിപ്പിക്കുന്നതിനുള്ള പ്രവർത്തനങ്ങൾ നടത്തിയത്. എ കെ ജിയുടെ മരണശേഷം മുഴുവൻ സമയപ്രവർത്തകയായി മാറിയ സുശീല ട്രേഡ് യൂണിയൻ മഹിളാ പ്രവർത്തനങ്ങളിൽ പൂർണ്ണമായും ശ്രദ്ധ കേന്ദ്രീകരിച്ചു. വിവിധ മേഖലകളിൽ ട്രേഡ് യൂണിയൻ പ്രസ്ഥാനം കെട്ടി

പ്പടുക്കാൻ സുശീല സ്വയം സമർപ്പിതയായി. 1978 ൽ നാഷണൽ ഫെഡറേഷൻ ഓഫ് പി ആൻഡ് ടി എംപ്ലോയീസിന്റെ സംയുക്ത സർക്കിൾ സമ്മേളനം വിളിച്ചു ചേർക്കുകയും സ്ത്രീകളുടെ പ്രത്യേക പ്രശ്നങ്ങൾ ചർച്ച ചെയ്യുകയും ചെയ്തു. പിന്നീട് എൻ എഫ് പി ടി ഇയുടെ കേരള സർക്കിൾ കോഡിനേഷൻ കമ്മിറ്റിയുടെ ചെയർപേഴ്സൺ ആയിരുന്നു. 1992 മുതൽ 1995 വരെ ഇൻഡസ്ട്രീസ് സ്റ്റാന്റിംഗ് കമ്മിറ്റി അംഗവും, 12 വർഷക്കാലം കയർ ബോർഡ് അംഗവുമായിരുന്നു.

അങ്കണവാടി ജീവനക്കാരെ സംഘടിപ്പിച്ച് ദേശീയതലത്തിലും സംസ്ഥാനതലത്തിലും സംഘടന രൂപീകരിക്കാൻ സുശീലയ്ക്ക് കഴിഞ്ഞു. 1975 ഒക്ടോബർ 2 നാണ് സംയോജിത ശിശു വികസന പദ്ധതി ആരംഭിച്ചത്. 90 ശതമാനത്തോളവും സ്ത്രീകൾ തൊഴിലാളികളായുള്ള കശുവണ്ടി മേഖലയിൽ ശാരദാമ്മയ്ക്ക് ശേഷം സംഘടന നയിച്ചതിന്റെ പ്രഥമ പങ്ക് സുശീലയ്ക്കായിരുന്നു. തൊഴിലാളി ദ്രോഹത്തിനെതിരെയുള്ള സമരങ്ങൾക്കും, കൂലി വർദ്ധനയ്ക്കും ബോണസിനും വേണ്ടി നടന്ന നിരവധി സമരങ്ങൾക്കും നേതൃത്വം കൊടുക്കാൻ സുശീലയ്ക്കായി. തൊഴിലാളികളുടെ പരിതാപകരമായ ജീവിതാന്തരീക്ഷവും ദാരിദ്ര്യവും മാന്യമായി ജീവിക്കാനുള്ള ആഗ്രഹങ്ങളും എല്ലാം നന്നായി മനസ്സിലാക്കി അവരുടെ ഉന്നമനത്തിനും ക്ഷേമത്തിനുമായി പ്രവർത്തിച്ച ട്രേഡ് യൂണിയൻ നേതാവായിരുന്നു സുശീല.

വനിതാ വിമോചന പോരാളി

അധ്വാനിക്കുന്ന ജനവിഭാഗങ്ങൾക്കു പൊതുവായി നേരിടേണ്ടി വന്ന, പ്രശ്നങ്ങൾ അനുഭവിക്കുന്ന സ്ത്രീകളും ഈ വിഭാഗത്തിൽപ്പെടാത്ത സ്ത്രീകളും, ഇവർ രണ്ടുകൂട്ടർക്കും സംഘടിതമഹിളാ പ്രസ്ഥാനത്തിൽ സ്ഥാനമുണ്ടെന്നുള്ള കാഴ്ചപ്പാടുണ്ടായിരുന്ന ആദ്യകാല മഹിളാ നേതാക്കളിലൊരാളാണ് സുശീലയും. ദേശീയ സ്വാതന്ത്ര്യ സമരകാലത്തും അതിന്റെ ഭാഗവുമായാണ് ഇന്ത്യയിൽ ഒരു സംഘടിത സ്ത്രീ വിമോചന പ്രസ്ഥാനം രൂപപ്പെടുന്നത്. തൊഴിലാളി വർഗ്ഗത്തിന്റെ ആകെ ആവശ്യങ്ങൾക്കായി പൊരുതുമ്പോഴും സ്ത്രീ തൊഴിലാളികൾ അവർക്കു മാത്രം അനുഭവിക്കേണ്ട മറ്റു ദുരിതങ്ങൾക്കെതിരെയും സംഘടിച്ചിരുന്നു.

അമ്പലപ്പുഴ താലൂക്ക് മഹിളാ സംഘത്തിന്റെ പ്രവർത്തനങ്ങളിൽ സുശീല പങ്കാളിയായി. പിന്നീട് ആനിമസ്ക്രീൻ പ്രസിഡണ്ടും ഗൗരിയമ്മ സെക്രട്ടറിയുമായി കേരള മഹിളാ സംഘം രൂപീകരിച്ചു. ആദ്യകാലത്ത് മറ്റു രാഷ്ട്രീയ പാർട്ടിയിലെ അംഗങ്ങളായിരുന്ന വനിതകൾ ഈ സംഘടനയുടെ യോഗത്തിൽ സഹകരിച്ചിരുന്നില്ല. 1957 ൽ കൊടുങ്ങല്ലൂരിൽ വച്ച് തിരു-കൊച്ചിയിലെയും മലബാറിലെയും മഹിളാ സംഘടനകൾ

ഒത്തുചേർന്ന് 'കേരള മഹിളാസംഘം' രൂപീകരിക്കപ്പെടുകയും സുശീല സെക്രട്ടറിയും തങ്കമ്മ ഗംഗാധരൻ പ്രസിഡന്റുമായി കമ്മിറ്റി നിലവിൽ വന്നു.

കേരള മഹിളാ സംഘത്തിന്റെ പ്രവർത്തനങ്ങൾ പ്രതീക്ഷിച്ച രീതിയിൽ നടപ്പിലാക്കാൻ കഴിയാതെ 1964 ൽ സുശീലയും ഗൗരിയമ്മയും അടക്കമുള്ള നേതാക്കൾ ജയിലിലായതോടെ സംഘടനയുടെ പ്രവർത്തനം നിലച്ചു. 1967 ൽ പാർലമെന്റ് അംഗമായതിനെ തുടർന്ന് മഹിളാ സംഘടനയുടെ പ്രവർത്തനത്തിൽ സുശീലയ്ക്ക് വേണ്ടത്ര ശ്രദ്ധിക്കാനായില്ല. 1968 ഡിസംബർ 31 ന് ഒരു പ്രത്യേക സമ്മേളനം വിളിച്ചു ചേർത്ത് 'ഓർഗനൈസിംഗ് കമ്മിറ്റി' രൂപീകരിച്ചു. 1971 ൽ എറണാകുളത്ത് വെച്ച് നടന്ന സമ്മേളനത്തിൽ കേരള മഹിളാ ഫെഡറേഷൻ ചേർന്നു.

സ്ത്രീകൾക്കെതിരെയുള്ള അക്രമങ്ങൾക്കും വിവേചനത്തിനുമെതിരെ ഏറെ പ്രക്ഷോഭങ്ങൾക്ക് സുശീല നേതൃത്വം നൽകി. സ്ത്രീകളെ രാത്രികാലങ്ങളിൽ അറസ്റ്റ് ചെയ്യരുതെന്നും, അറസ്റ്റ് വനിതാ പോലീസിന്റെ നേതൃത്വത്തിൽ മാത്രമാവണമെന്നും ആവശ്യപ്പെട്ട് നടത്തിയ പോരാട്ടം ഏറെ ശ്രദ്ധേയമാണ്. മഹിളാ ഫെഡറേഷൻ നേതാക്കൾ വിശ്രമമില്ലാതെ പ്രവർത്തനങ്ങളിലേർപ്പെട്ടു. വിവിധ സംസ്ഥാനങ്ങളിൽ 70 കളിൽ തന്നെ സംസ്ഥാനതല സംഘടനകൾ നിലവിൽ വന്നുവെങ്കിലും യുവജന വിദ്യാർഥി മുന്നണികളുടെ അഖിലേന്ത്യാതലത്തിലുള്ള സംഘടന രൂപീകരിക്കാനായില്ല. 1981 ൽ ചേർന്ന സമ്മേളനത്തിൽ അഖിലേന്ത്യാ ജനാധിപത്യ മഹിളാ അസോസിയേഷൻ രൂപീകൃതമായപ്പോൾ സുശീല പ്രഥമ സെക്രട്ടറിയായി. രണ്ടാമതും 1986 ൽ പാർലമെന്റ് അംഗമായിരിക്കെ തന്നെ വീണ്ടും സെക്രട്ടറിയായി തെരഞ്ഞെടുക്കപ്പെട്ടു. മൂന്നാം ദേശീയ സമ്മേളനത്തിൽ സുശീല പ്രസിഡന്റും വൃന്ദാ കാരാട്ട് സെക്രട്ടറിയുമായി കമ്മിറ്റി രൂപീകരിച്ചു. നാലാമതും അഞ്ചാമതും ഈ നേതൃത്വം തന്നെ തുടർന്നു.

സ്ത്രീധനത്തിനെതിരായ ശക്തമായ പ്രക്ഷോഭങ്ങൾക്ക് സുശീല നേതൃത്വം നൽകിയിട്ടുണ്ട്. പാർലമെന്റിനകത്തും സുശീല ഇതേ മാർഗ്ഗത്തിലൂടെ തന്നെ ചലിച്ചു. കമ്യൂണിസ്റ്റുകാർ സ്ത്രീ–പുരുഷ ബന്ധങ്ങളുടെ കാര്യത്തിൽ പരിപൂർണ്ണ സമത്വത്തിനുവേണ്ടി മാതൃക കാട്ടണം എന്ന് അഭിപ്രായപ്പെട്ടു. പാർലമെന്റായാലും പൊതുവേദിയായാലും, പാർട്ടി വേദിയോ കുടുംബ സൗഹൃദ സദസ്സോ എന്നു വേർതിരിവില്ലാതെ സ്ത്രീകളുടെ അവകാശങ്ങൾക്കായി അവർ നിരന്തരം പൊരുതിക്കൊണ്ടിരുന്നു.

ഷബാനു കേസിൽ സുപ്രീംകോടതി, വിവാഹമോചിതയായ മുസ്ലിം ഭാര്യക്ക് പുനർവിവാഹം വരെ മുൻ ഭർത്താവിൽനിന്ന് ജീവനാംശത്തിന്

ശ്രീമതി ടീച്ചർ, വൃന്ദാകാരാട്ട്, ജോസഫൈൻ, എട്ടാമത്
നാഷണൽ കോൺഫെറൻസിന്റെ ഭാഗമായി ബാംഗ്ലൂരിൽ പങ്കെടുത്തതിന്റെ ചിത്രം

അനുവാദമുണ്ടെന്ന് വിധി പുറപ്പെടുവിച്ചപ്പോൾ, പ്രധാനമന്ത്രിയായിരുന്ന രാജീവ് ഗാന്ധി മുസ്ലിം 'വോട്ട് ബാങ്ക്' ലക്ഷ്യംവെച്ച് വർഗീയവാദികളുടെ ആവശ്യത്തിനനുസരിച്ച് കോടതി വിധിയെ മറികടക്കുന്ന 'മുസ്ലിം വിവാഹമോചിതരായ സ്ത്രീകളുടെ സംരക്ഷണ നിയമം (1986) പാസാക്കി. ഇതിനെതിരെ സുശീലയുടെ നേതൃത്വത്തിൽ മഹിളാ അസോസിയേഷന്റെ നേതൃത്വത്തിൽ ദില്ലിയിൽ മഹിളാ കൺവെൻഷൻ ചേർന്നു. ഹിന്ദു–മുസ്ലിം–ക്രിസ്ത്യൻ–ആദിവാസി നിയമങ്ങളിലെ സ്ത്രീവിരുദ്ധ വ്യവസ്ഥകൾ വിശദമായി ഈ കൺവെൻഷനിൽ പരിശോധിച്ചു. പുരുഷമേധാവിത്വം അല്ലാതെ മറ്റൊരു പ്രശ്നവും സ്ത്രീക്ക് പരിഹരിക്കാൻ ഇല്ലെന്ന് ബൂർഷ്വാ ഫെമിനിസ്റ്റ് പ്രസ്ഥാനങ്ങളുടെ ചിന്താഗതിയെ സുശീല പരസ്യമായി എതിർത്തു. പാർട്ടി സമ്മേളനങ്ങൾ നടക്കുമ്പോൾ സ്ത്രീകൾക്ക് പ്രാതിനിധ്യം നൽകുന്ന കാര്യത്തിലും സുശീല പ്രത്യേകം ശ്രദ്ധിച്ചിരുന്നു. സ്ത്രീധന നിരോധന നിയമത്തിന്റെ ഭേദഗതിയിൽ പാർലമെന്റിനകത്തും പുറത്തും സുശീല പോരാടി. സ്ത്രീപുരുഷ സമത്വത്തിനു വേണ്ടിയുള്ള സമരം സുശീല ജീവിതകാലം മുഴുവൻ തുടർന്നു. ഈ സമരത്തിൽ വലിയ നേട്ടങ്ങൾ ഉണ്ടാക്കുകയും ചെയ്തു.

സംഘടനാ പ്രവർത്തനങ്ങളിൽ ശക്തമായ നിലപാടുകൾ എടുത്തിരുന്ന സുശീല വ്യക്തിബന്ധങ്ങളിൽ സ്നേഹവായ്പ്പും വാത്സല്യവും പകർന്നു നൽകിയിരുന്നു. സംഘടനാ പ്രവർത്തനങ്ങളും സംഘടനാ

തീരുമാനങ്ങളും എന്നതിനപ്പുറം വ്യക്തിജീവിതം ഇല്ലാതിരുന്ന നേതാവാണ് സുശീല. എ കെ ജിയുടെ സമരപാത മരിക്കുന്നതുവരെയും സുശീലയും പിന്തുടർന്നു. സാമൂഹ്യ പരിഷ്കരണ പ്രസ്ഥാനങ്ങളുടെയും ജന്മിത്വ വിരുദ്ധ പോരാട്ടങ്ങളുടെയും സന്തതിയായി വിപ്ലവ പ്രസ്ഥാനത്തിന്റെ ഭാഗമായിമാറി സമൂഹത്തിന്റെ മൊത്തം പുരോഗതിക്കും സുശീല നേതൃത്വം നല്കി. വനിതാ സഖാവായി പ്രസ്ഥാനത്തിൽ എത്തി മുഴുവൻ ജീവിതവും ജനക്ഷേമത്തിനു വിനിയോഗിച്ച സുശീല ഇടതുപക്ഷ പ്രസ്ഥാനത്തിനുവേണ്ടി ജീവിതം മുഴുവൻ അർപ്പിച്ച പോരാളികളായ എണ്ണമറ്റ സ്ത്രീകളുടെ പ്രതിബിംബമാണ്.

ജോസഫൈൻ

ആമുഖം

സി പി ഐ (എം) ന്റെ കണ്ണൂർ പാർട്ടി കോൺഗ്രസ്സ് വേദിയിൽ വേദിയിൽ വച്ച് വളരെ അപ്രതീക്ഷിതമായാണ് ജോസഫൈൻ നമ്മെ വിട്ടുപോകുന്നത്. അതിന്റെ അമ്പരപ്പും വിറയലും വിട്ടുമാറിയിട്ടില്ല. കെ എസ വൈ എഫിന്റെ സമ്മേളനം തലശ്ശേരിയിൽ വെച്ച് നടക്കുമ്പോഴാണ് ഞാൻ ജോസഫൈനെ കണ്ടുമുട്ടുന്നത്. 3 ദിവസത്തെ സമ്മേളനം കഴിഞ്ഞപ്പോൾത്തന്നെ ഒരിക്കലും വിട്ടുമാറാത്ത സൗഹൃദത്തിലേക്ക് ഞങ്ങൾ നീങ്ങി. അന്ന് കെ എസ് വൈ എഫിന്റെ സംസ്ഥാന കമ്മിറ്റിയിലേക്ക് ഞങ്ങൾ രണ്ടുപേരും തിരഞ്ഞെടുക്കപ്പെട്ടു. അതിനു

ശേഷം ഡി വൈ എഫ് ഐ ആയി പ്രവർത്തന മണ്ഡലം. പിന്നീട് മഹിളാ അസോസിയേഷന്റെ എറണാകുളം ജില്ലാ സെക്രട്ടറിയായി. പിന്നീട് കണ്ണൂരിൽ വെച്ച് നടന്ന മഹിളാ അസോസിയേഷന്റെ സംസ്ഥാനസമ്മേളനത്തിൽ ജോസഫൈൻ പ്രസിഡന്റും ഞാൻ സെക്രട്ടറിയുമായി തിരഞ്ഞെടുക്കപ്പെട്ടു. 2006 വരെ ഒരുമിച്ച് പ്രവർത്തിച്ചു. പിന്നീട് സി പി ഐ (എം)ന്റെ കേന്ദ്ര കമ്മിറ്റിയിലും ഞങ്ങൾ ഒരുമിച്ച് പ്രവർത്തിച്ചു. അതിനുശേഷം അവർ വിടപറയുന്നതുവരെ ഒരുമിച്ച് പ്രവർത്തിച്ചിരുന്നവരായിരുന്നു ഞങ്ങൾ. ഇത്രയേറെക്കാലം ഒരേ പോലെ വിവിധ സംഘടനാ കമ്മിറ്റികളിൽ ഒരുമിച്ച് പ്രവർത്തിച്ചവരായിരുന്നു ഞങ്ങൾ. ഇതിലേറെ സൗഹൃദം മറ്റാരുമായും ഉണ്ടായിട്ടുണ്ടാവില്ല. കുടുംബത്തോടൊപ്പം കഴിയുന്നതിനേക്കാൾ കൂടുതൽ സമയം ഒരു കമ്യൂണിസ്റ്റ് പാർട്ടി അംഗം ചെലവിടുക സ്വന്തം സഖാക്കളുമായിട്ടാകും. പ്രക്ഷോഭങ്ങളിൽ ഒരുമിച്ച് പങ്കെടുക്കുകയും സമ്മേളനങ്ങളിൽ ഒരുമിച്ച് താമസിക്കുകയും ചെയ്യുന്നത് വഴി രൂപപ്പെടുന്ന ബന്ധങ്ങൾ മറ്റെല്ലാത്തിനേക്കാളും വലുതാണ്. ജോസഫൈന്റെ വേർപാട് വ്യക്തിപരമായി എനിക്കും കേരളത്തിലെ സ്ത്രീ മുന്നേറ്റങ്ങൾക്കും കമ്യൂണിസ്റ്റ് പാർട്ടിക്കും തീരാത്ത നഷ്ടമാണ്. •

പതറാത്ത പോരാളി

നിങ്ങൾ ഒരു പോരാളിയാണ്. ആർക്കുമുന്നിലും തോൽക്കാത്ത അടിയുറച്ച രാഷ്ട്രീയ നിലപാടുകളായിരുന്നു നിങ്ങൾ. പിറകെ വരുന്ന ഒരു പുതുതലമുറയ്ക്ക് നിങ്ങൾ പകർന്ന പോരാട്ടത്തിന്റെ ജ്വാല അവർ മുന്നോട്ട് കൈയേന്തുക തന്നെ ചെയ്യും.

സഖാവ് ജോസഫൈനെക്കുറിച്ച് കണ്ണുകൾ നിറഞ്ഞല്ലാതെ ഈ ലേഖനമെഴുതുക അസാധ്യം. പൊതു ജീവിതത്തിലും വ്യക്തി ജീവിതത്തിലും അത്രമേൽ ഹൃദ്യമായ അനുഭവങ്ങൾ പങ്കിട്ട രണ്ടുപേരായിരുന്നു ഞങ്ങൾ. പെട്ടെന്നുള്ള ഈ വിയോഗം ഉൾക്കൊള്ളാനാവാതെ മനസ്സ് ഇപ്പഴും അസ്വസ്ഥമാവുകയാണ്.

കണ്ണൂരിൽ ചേർന്ന സി പി ഐ (എം) ന്റെ 23-ാം പാർട്ടി കോൺഗ്രസ് ചരിത്ര സംഭവമായി മാറിയെങ്കിലും അവിടെ വച്ചുണ്ടായ ജോസഫൈന്റെ വേർപാട് ഒരിക്കലും ഉണങ്ങാത്ത മുറിവാണ് ഞങ്ങളുടെ മനസ്സിനേൽപ്പിച്ചത്. സമ്മേളനഹാളിൽ കുഴഞ്ഞുവീഴുമ്പോഴും ഇത്രയും വലിയ ദുരന്തം പിറകിലുണ്ടെന്ന് ഞങ്ങളാരും ഓർത്തില്ല.

ജോസഫൈനെ ആദ്യമായി കാണുന്നത് തലശേരിയിൽ വച്ചാണ്. 1978 ൽ കെ എസ് വൈ എഫ് സംസ്ഥാന സമ്മേളനത്തിൽ ഉറച്ച ശബ്ദത്തിൽ ആശയ വ്യക്തതയോടെ ചർച്ചയിൽ പങ്കെടുത്ത് സംസാരിച്ച ജോസഫൈൻ എന്ന ചെറുപ്പക്കാരിയെ ഇന്നും ഞാൻ ഓർക്കുന്നുണ്ട്. അടിയന്തരാവസ്ഥയെ നിശിതമായി വിമർശിച്ചുകൊണ്ട് അവർ നടത്തിയ പ്രസംഗം കേട്ടപ്പോൾ എനിക്ക് വലിയ അഭിമാനം തോന്നി. ആ വർഷമാണ് ജോസഫൈൻ പാർട്ടി അംഗത്വത്തിലേക്ക് വന്നത്.

കോൺഗ്രസ് കുടുംബത്തിൽ ജനിച്ച ജോസഫൈൻ അതിന് മുമ്പ് കോൺഗ്രസ് പ്രവർത്തകയായിരുന്നു. അടിയന്തരാവസ്ഥക്കാലത്ത്

കോൺഗ്രസ് പിന്തുടർന്ന നയത്തോടുള്ള കടുത്ത എതിർപ്പ് കാരണമാണ് അവിടെ നിന്നും ഇറങ്ങുന്നത്. ജനാധിപത്യവും സമത്വവും പുലരുന്ന സമൂഹത്തിന് വേണ്ടിയുള്ളതാവണം തന്റെ രാഷ്ട്രീയമെന്ന വ്യക്തത ജോസഫൈനുണ്ടായിരുന്നു. അങ്ങനെയാണ് കമ്യൂണിസ്റ്റ് പാർട്ടി പ്രവർത്തകയാവുന്നത്.

ആരും പറഞ്ഞും കേട്ടുമല്ല, സോഷ്യലിസ്റ്റ് കമ്യൂണിസ്റ്റ് വ്യവസ്ഥിതിയുടെ രാഷ്ട്രീയം ഉയർത്തണമെന്ന് സ്വയം ബോധ്യപ്പെട്ടാണ് അവർ സി പി ഐ (എം) ൽ ചേരുന്നത്.

മാർക്സും ഏംഗൽസും ലെനിനും ഉയർത്തിയ ആശയങ്ങളിൽ ആകൃഷ്ടയായി കമ്യൂണിസ്റ്റ് രാഷ്ട്രങ്ങളിലെ അനുഭവങ്ങൾ വായിച്ച് മനസ്സിലാക്കിയാണ് ജോസഫൈൻ കമ്യൂണിസ്റ്റായത്.

മഹാരാജാസിൽനിന്ന് കണ്ടുമുട്ടിയ മത്തായിയെ ജീവിത പങ്കാളിയാക്കിയപ്പോഴും ഉയർന്ന രാഷ്ട്രീയ ബോധം അവർ സൂക്ഷിച്ചു. മതത്തിന്റെ ശക്തമായ കെട്ടുപാടുകൾ ഭേദിച്ച് വളരെ ലളിതമായ ചടങ്ങുകളോടെയാണ് അവർ പൊതുവേദിയിൽ വച്ച് ഒരുമിച്ചത്.

ശ്രീമതി ടീച്ചർ, വൃന്ദാകാരാട്ട്, ജോസഫൈൻ

1978 ലെ മൂന്ന് ദിവസത്തെ കെ എസ് വൈ എഫ് സമ്മേളനവും ഒപ്പമുള്ള താമസവും ഞങ്ങളെ വളരെയടുത്ത സുഹൃത്തുക്കളാക്കി. ജോസഫൈൻ അന്ന് പാരലൽ കോളേജ് അധ്യാപികയാണ്. ഞാൻ യു.പി സ്കൂളിലും. ആ സമ്മേളനത്തിൽ ഞങ്ങൾ രണ്ടുപേരും കെ എസ് വൈ എഫ് സംസ്ഥാന കമ്മിറ്റിയിലെത്തി. ആദ്യമായാണ് സംസ്ഥാന കമ്മിറ്റിയിൽ വനിതകളെത്തുന്നത്.

1980 ൽ ചണ്ഡീഗറിൽ ഡി വൈ എഫ് ഐ എന്ന ദേശീയ യുവജന സംഘടന രൂപീകരിച്ച സമ്മേളനത്തിലും ഞങ്ങൾ ഒരുമിച്ച് പങ്കെടുത്തു. തുടർന്ന് കാസർകോട് മുതൽ തിരുവനന്തപുരംവരെ ഡി വൈ എഫ് ഐ നടത്തിയ ഉജ്വലമായ യൂത്ത് മാർച്ച് കേരളത്തെ ഇളക്കിമറിച്ചു. 1984 ൽ കോഴിക്കോട് നടന്ന അഖിലേന്ത്യ സമ്മേളനത്തിലാണ് സംസ്ഥാന കമ്മിറ്റിയിൽനിന്ന് ഞങ്ങൾ ഒഴിവായത്.

1978 ൽ മുതൽ തന്നെ മഹിളാഫെഡറേഷൻ പ്രവർത്തകരായിരുന്നു ഞാനും ജോസഫൈനും. ലിംഗനീതിയും സമത്വവും പുലരുന്ന ഒരു സമൂഹത്തിന് വേണ്ടി നടത്തേണ്ട പോരാട്ടത്തെക്കുറിച്ച് ജോസഫൈൻ പൂർണമായും ബോധവതിയായിരുന്നു.

സ്ത്രീകൾ അടുക്കള അടച്ചിട്ടാൽ എന്താവുമെന്ന് അക്കാലത്ത് ചോദിച്ച നേതാവാണ് അവർ. പകുതി ആകാശവും പകുതി ഭൂമിയും സ്ത്രീകൾക്ക് സ്വന്തമെന്ന് ആഹ്വാനം ചെയ്ത് സ്ത്രീകളിൽ വിമോചന ചിന്ത വളർത്താനും ജോസഫൈൻ ശ്രമിച്ചു.

1980 ലാണ് അഖിലേന്ത്യ ജനാധിപത്യ മഹിളാ അസോസിയേഷൻ രൂപീകൃതമാവുന്നത്. 1983 ൽ ജോസഫൈൻ മഹിളാ അസോസിയേഷന്റെ എറണാകുളം ജില്ലാ സെക്രട്ടറിയും ഞാൻ അവിഭക്ത കണ്ണൂർ ജില്ലയുടെ സെക്രട്ടറിയുമായി. 1997 ൽ കണ്ണൂരിൽ നടന്ന സംസ്ഥാന സമ്മേളനത്തിൽ ഞാൻ മഹിളാ അസോസിയേഷന്റെ സംസ്ഥാന സെക്രട്ടറിയും ജോസഫൈൻ പ്രസിഡന്റുമായി. എത്രയോ വർഷങ്ങൾ ഞങ്ങൾ ഒരുമിച്ച് സംഘടനാ പ്രവർത്തനം നടത്തി. കേരളത്തിന്റെ സ്ത്രീമുന്നേറ്റം രൂപപ്പെടുത്തുന്നതിൽ മുന്നിൽ നടന്ന നേതാവ് ജോസഫൈൻ.

ജോസഫൈൻ, ശ്രീമതി ടീച്ചർ, കെ കെ ശൈലജ ടീച്ചർ

സ്ത്രീസമൂഹത്തിൽ സ്ത്രീപക്ഷ രാഷ്ട്രീയം വളർത്തുന്നതിനൊപ്പം തന്നെ പാർട്ടിബോധം വളർത്തുന്നതിലും വലിയ പങ്കുവഹിച്ചു. 2002 മുതൽ 2022 വരെ 20 വർഷക്കാലം സി പി ഐ (എം) ന്റെ കേന്ദ്രകമ്മിറ്റി യംഗമായും ജോസഫൈൻ പ്രവർത്തിച്ചു. എറണാകുളത്തെ ട്രേഡ് യൂണിയൻ സംഘടനകളുടെ അനിഷേദ്ധ്യ നേതാവുമായിരുന്നു അവർ. നിയമസഭയിലേക്കും പാർലമെന്റിലേക്കും മത്സരിച്ചു. വനിതാ വികസന കോർപ്പറേഷൻ ചെയർപേഴ്സണായും ഗ്രേറ്റർ കൊച്ചിൻ ഡെവലപ്മെന്റ് അതോറിറ്റി ചെയർപേഴ്സണായും വനിത കമ്മീഷൻ അധ്യക്ഷയായും ജോസഫൈൻ നേതൃപാടവം നമുക്ക് കാട്ടിത്തന്നു.

നിശ്ചയദാർഢ്യത്തോടെ ഏറ്റെടുത്ത ഉത്തരവാദിത്വങ്ങളെല്ലാം നിർവഹിച്ച കരുത്തയായ സ്ത്രീ ആയിരുന്നു അവർ. ഭർത്താവിന്റെ വിയോഗം അവരെ മാനസികമായി തളർത്തി. മകൻ മനുവിന്റെ മക്കളെ ജീവനായിരുന്നു അവർക്ക്. അപ്പമ്മ എന്ന് കുട്ടികൾ വിളിച്ചിരുന്ന ജോസ ഫൈൻ പഠനത്തിലും വായനയിലും അവരുടെ വഴികാട്ടിയായിരുന്നു.

ജോസഫൈനെ ഞാൻ ആദ്യമായി കണ്ടത് കണ്ണൂരിൽ വച്ചാണ്. അവസാനമായി കണ്ടതും കണ്ണൂര് വച്ച് തന്നെ. ഓർക്കുമ്പോൾ നിർഭയ ത്വമായിരുന്നു ജോസഫൈന്റെ മുഖമുദ്ര. വിശ്വസിക്കുന്ന രാഷ്ട്രീയ ആദർശങ്ങൾക്കുവേണ്ടി വിട്ടുവീഴ്ചയില്ലാതെ പൊരുതാനുറച്ച കരു ത്താണ് അവരെ വ്യത്യസ്തയാക്കിയത്. അതിന്റെ പേരിൽ ചില വിമർശനം നേരിടേണ്ടി വന്നെങ്കിലും രാഷ്ട്രീയ ശരികളിൽനിന്ന് പിറകോ ട്ടില്ലെന്ന് അവർ വ്യക്തമാക്കി.

താത്വികമായി ഉറച്ചുനിന്ന ജോസഫൈൻ, നീണ്ട 45 വർഷക്കാലം ഇന്ത്യൻ തൊഴിലാളി വർഗ്ഗ പ്രസ്ഥാനത്തിനൊപ്പം നടക്കുകയും നയി ക്കുകയും ചെയ്ത എം സി ജോസഫൈൻ എന്ന നേതാവിന്റെ വേർപാട് കനത്ത നഷ്ടമാണ്. അവർ നേതൃത്വം നൽകിയ പോരാട്ടങ്ങളിൽനിന്ന് ഊർജം ഉൾക്കൊണ്ട് ഇനിയും നേടാനുള്ള ലക്ഷ്യങ്ങൾക്കായി നമുക്ക് ഉണർന്ന് പ്രവർത്തിക്കാം.

ജെ ശാരദാമ്മ

ആമുഖം

ശാരദാമ്മ എന്നും എനിക്കൊരു അത്ഭുതമായിരുന്നു. കാർക്കശ്യവും മേധാവിത്വവുമുള്ള വ്യക്തിത്വമായിരുന്നു എവിടെയും അവർ. കഠിനതകൾ നിറഞ്ഞ ആദ്യകാല ജീവിതമായിരുന്നു അവരെ അങ്ങനെയാക്കിത്തീർത്തത്. കമ്യൂണിസ്റ്റുകാർ വേട്ടയാടപ്പെട്ട വേളയിൽ പൂർണഗർഭിണിയായ അവരെ ജയിലിലടച്ചു. അടിയന്തരാവസ്ഥയുടെ നാളുകളിൽ പ്രവർത്തനങ്ങൾക്ക് നേതൃത്വം കൊടുത്ത ധീരവനിത. ഒരു കമ്യൂണിസ്റ്റുകാരിയാണ് എന്നതിനാൽ ഏറ്റവും ക്രൂരമായി വേട്ടയാടപ്പെട്ട ഒരു സ്ത്രീയായിരുന്നു ശാരദാമ്മ.

സമീപകാലത്ത് ഇങ്ങനെയൊരു ജീവിതം ജീവിച്ചവർ വളരെ കുറവായിരിക്കും.

ജയിലിൽവെച്ച് പ്രസവിച്ച മകനു നൽകിയ പേര് ജയിൽ കുമാർ എന്നായിരുന്നു. സജീവമായ രാഷ്ട്രീയ പ്രവർത്തനം നയിക്കുന്നവരാണ് ശാരദാമ്മയുടെ കുടുംബത്തിൽ എല്ലാവരും. അവരനുഭവിച്ച തീക്ഷ്ണ മായ അനുഭവങ്ങൾ നമ്മെ അമ്പരപ്പിക്കുന്നതാണ്. സ്നേഹവും വാത്സല്യവും ഉള്ളിൽ സൂക്ഷിക്കുന്ന പ്രകൃതമായിരുന്നു ശാരദാമ്മയുടേത്. തികഞ്ഞ ആധികാരികത അവരുടെ പെരുമാറ്റത്തിൽ എപ്പോഴു മുണ്ടായിരുന്നു. ശാരദാമ്മയുടെ വേർപാട് തിരുവനന്ത പുരത്തെ മഹിളാപ്രസ്ഥാനത്തിന് ഒരു തീരാനഷ്ട മാണ്. •

ജയിലറകളെ വെല്ലുവിളിച്ച വനിത

കമ്യൂണിസ്റ്റ് രാഷ്ട്രീയ പ്രവർത്തനം ദുഷ്കരമായ കാലം. ചുറ്റും ഉരുണ്ടുകൂടുന്ന രാഷ്ട്രീയ സാഹചര്യങ്ങൾക്കു നടുവിൽ തികച്ചും യാഥാസ്ഥിതിക കാഴ്ചപ്പാടുകൾ സൂക്ഷിച്ചിരുന്ന എണ്ണയ്ക്കാട് കൊട്ടാരത്തിന്റെ ഭാഗമായി 1931 ൽ ജാനകിയമ്മയുടെയും ശങ്കരപ്പിള്ളയുടെയും നാലുമക്കളിൽ ഇളയവളായി ജെ ശാരദാമ്മ ജനിച്ചു. വളർന്നുവന്ന സമ്പന്ന പശ്ചാത്തലങ്ങൾ ഉപേക്ഷിച്ച് വളരെ ചെറുപ്രായത്തിൽത്തന്നെയാണ് അവർ ഒരു കമ്യൂണിസ്റ്റ് വിപ്ലവകാരിയുടെ കുപ്പായമണിയുന്നത്. കേരള നിയമസഭയുടെ ആദ്യ സ്പീക്കറും കുടുംബാംഗവും കൂടിയായ ശ്രീ. ശങ്കരനാരായണൻ തമ്പിയുടെയും മറ്റും സ്വാധീനത്തിൽ പതിനാലാം വയസ്സിൽ ശാരദാമ്മ കമ്യൂണിസ്റ്റ് പാർട്ടി പ്രവർത്തനങ്ങളുടെ ഭാഗമായി. തുടർന്ന് പതിനാറാം വയസ്സുമുതൽ രണ്ടുവർഷക്കാലത്തോളം നീണ്ട ഒളിവുജീവിതം, വിവാഹം, ജയിൽമുറിക്കുള്ളിൽ പ്രസവം. അവിശ്വസനീയമായ കടമ്പകളാണ് ജീവിച്ച സകല തലങ്ങളിലും ശാരദാമ്മയെ കാത്തിരുന്നത്. പൊള്ളുന്ന വെയിലിലും ഇടമുറിയാതെ പെയ്യുന്ന മഴയിലും ഉറക്കെവിളിച്ച മുദ്രാവാക്യത്തിന്റെയും മുറുക്കിപ്പിടിച്ച ചുവന്ന കൊടിയുടെയും വീര്യം മരിക്കുവോളം ഇടനെഞ്ചിൽ പേറിയ ജെ ശാരദാമ്മ എന്ന അധികം എവിടെയും അടയാളപ്പെടുത്താതെ പോയ വിപ്ലവ വനിത.

സ്വാതന്ത്ര്യം കൊട്ടിയാഘോഷിക്കപ്പെടുമ്പോഴും നീതിയും ന്യായവും ചോദ്യചിഹ്നമായി അവശേഷിക്കുന്ന ഒരു കാലഘട്ടം. പ്രത്യക്ഷപ്രവർത്തനങ്ങളിൽ ഒന്നും തന്നെ ഭാഗമായിരുന്നില്ലെങ്കിലും ആല

പ്പുഴ ജില്ലയിലെ ചെങ്ങന്നൂർ താലൂക്കിലെ എണ്ണയ്ക്കാട്ട് പടിഞ്ഞാറ്റേതിൽ വീട് എന്ന ശാരദാമ്മയുടെ വീട്, ശങ്കരനാരായണൻ തമ്പിയും പുതുപ്പള്ളി രാഘവൻ പിള്ളയും കോട്ടൂർത്തല സുരേന്ദ്രനും ഉൾപ്പെടെയുള്ള കമ്മ്യൂണിസ്റ്റ് നേതാക്കളുടെ ഒളിവുകാല വസതികൂടിയായിരുന്നു. ജെ ശാരദാമ്മ എന്ന പെൺകുട്ടി സോവിയറ്റ് റഷ്യയെപ്പറ്റിയും രക്തസാക്ഷികളെപ്പറ്റിയും പാർട്ടിയെപ്പറ്റിയും ഒക്കെ ആദ്യമായി കേൾക്കുന്നതു പോലും തന്റെ വീട്ടിൽ ഒളിവിൽ പാർക്കുന്ന നേതാക്കളിൽ നിന്നുമാണ്. ആ കാലത്തെ ഓർമ്മകളിൽ ശാരദാമ്മ ഒരിക്കൽ പങ്കുവെച്ച ഒരു സന്ദർഭം ഇങ്ങനെയായിരുന്നു: "രക്തസാക്ഷികളെപ്പറ്റി കുറേ കേൾക്കുകയല്ലേ. ഒരുദിവസം ആവേശം മൂത്ത് പിച്ചാത്തിയെടുത്ത് ഞാനെന്റെ വെരലു ചെത്തി. ഞാനും രക്തസാക്ഷിയായേ... രക്തസാക്ഷിയായേ... ചോരയൊലിക്കുന്ന കൈയുമായി ഞാനവരുടെയടുത്തേക്കോടി. അവർ ചോരതുടച്ചുകളഞ്ഞ് മുണ്ടു കീറി കൈ കെട്ടിത്തന്നു. എന്നിട്ടു പറഞ്ഞുതന്നു ഇങ്ങനെയല്ല രക്തസാക്ഷിയാകുന്നത്. പാവങ്ങൾക്കുവേണ്ടി വിപ്ലവം നടത്തി മരിക്കാൻ തയ്യാറാകണം വിപ്ലവകാരികൾ, ഭരണകൂടത്തിന്റെ വെടിയുണ്ടകൾക്കു നേരെ വിരിമാറുകാട്ടിക്കൊടുക്കും. അങ്ങനെ പാവങ്ങൾക്കുവേണ്ടി മരിക്കുന്നവരാണ് രക്തസാക്ഷികൾ." ആ വാക്കുകൾ തന്നെയാണ് ശാരദാമ്മയുടെ ഒരു നീണ്ട പ്രായോഗിക രാഷ്ട്രീയ പ്രവർത്തനങ്ങളിലേക്കുള്ള യാത്രയുടെ തുടക്കവും. പെണ്ണുങ്ങൾ പുറത്തിറങ്ങാത്ത കാലത്താണ് പാവപ്പെട്ട സ്ത്രീകളെ സംഘടിപ്പിക്കാനുള്ള ചുമതല ശാരദാമ്മയ്ക്ക് ലഭിക്കുന്നത്. ദരിദ്രരായ കർഷകത്തൊഴിലാളികളായ സ്ത്രീകളിലേക്ക് ഇറങ്ങിച്ചെന്ന് അവരോടൊപ്പം ഭക്ഷണം പാകം ചെയ്തും, കഴിച്ചും അവരിലൊരാളായി മാറിക്കൊണ്ട് പ്രവർത്തിക്കാനായിരുന്നു നേതാക്കളുടെ നിർദ്ദേശം. അത്തരം തുടർച്ചയായ പ്രവർത്തനത്തിനൊടുവിൽ 1949–50 കാലത്താണ് ശാരദാമ്മയ്ക്ക് പാർട്ടി മെമ്പർഷിപ്പ് നല്കുന്നത്. അക്കാലത്ത് പാർട്ടിയുടെ മെമ്പർഷിപ്പ് കാർഡു ലഭിക്കുക എന്നത് വളരെ പ്രയാസമാണ്.

കേരളത്തിൽ ഏറ്റവും കൂടുതൽ കാലം രാഷ്ട്രീയ ഒളിവുജീവിതം നയിച്ചവരിൽ ഒരാളാണ് സ. ശാരദാമ്മ. പാർട്ടി നിരോധിച്ച കാലത്ത് പൊലീസിന്റെ നോട്ടപ്പുള്ളികളായിരുന്ന കമ്മ്യൂണിസ്റ്റുപാർട്ടി പ്രവർത്തകർ എല്ലാം ഒളിവിലായിരുന്നു. അക്കാലത്ത് റെയ്ഡിനായി തന്റെ വീട്ടിലേക്ക് ഇടിച്ചു കയറിയ പൊലീസ്, സഹോദരൻ ഗോപാലപിള്ള വൈദ്യർ ഉൾപ്പെടെയുള്ള ആണുങ്ങളെ ക്രൂരമായി തല്ലി. ആ പരാക്രമം തങ്ങളിലേക്കും എത്തും എന്ന് തിരിച്ചറിഞ്ഞ പെണ്ണുങ്ങൾ തല്ലാൻ വന്നവരെ ഉലക്കകൊണ്ട് തലയ്ക്കടിച്ചാണ് പ്രതിരോധം തീർത്തത്. അതിനിടയിൽ അവിടന്ന് ഓടി രക്ഷപ്പെട്ട ശാരദാമ്മ ചന്ദ്രശേഖരപിള്ള വൈദ്യരുടെ വീട്ടി

ലേക്കായിരുന്നു ലക്ഷ്യംവെച്ചത്. ഓണാട്ടുകരയിലും മദ്ധ്യതിരുവിതാം കൂറിലും കമ്യൂണിസ്റ്റ് പാർട്ടി കെട്ടിപ്പടുക്കുന്നതിലെ പ്രധാന സംഘാട കരിലൊരാളായിരുന്നു അദ്ദേഹം. എന്നാൽ രാത്രിയിൽ തുടങ്ങിയ യാത്ര അവിടെ എത്തിയപ്പോഴേക്കും നേരം വെളുത്തിരുന്നു. പകൽ വീട്ടിലേക്കു കയറുന്നത് ആരെങ്കിലും കണ്ടാൽ പ്രശ്നമാകുമെന്നുള്ളതുകൊണ്ട് ആ പകൽ മുഴുവൻ ശാരദാമ്മ പമ്പയാറ്റിനു തീരത്തെ പാവൽ വള്ളിക്കിട യിൽ ഒളിച്ചിരുന്നു. എന്നാൽ ചില സാമൂഹ്യവിരുദ്ധരുടെ ശല്യത്തെ തുടർന്ന് ചില നാട്ടുകാർ അവരെ ചന്ദ്രശേഖരപിള്ള വൈദ്യരുടെ വീട്ടിൽ എത്തിച്ചു. എങ്കിലും അധികം വൈകാതെ വൈദ്യർ അവരെ പരുമല എന്ന പമ്പയുടെ തീരത്തെ കർഷക ഗ്രാമത്തിലെ ഒരു കർഷകത്തൊഴി ലാളിയുടെ കുടിലിൽ എത്തിച്ചു.

കൂത്താട്ടുകുളം മേരി, സുഭദ്രാമ്മ, രാധമ്മ, ഓമന ഉൾപ്പെടെയുള്ള വർ അറസ്റ്റു ചെയ്യപ്പെട്ടതോടെ ശാരദാമ്മയെ പാർട്ടി കൊല്ലത്തേക്കുമാറ്റി. ഒപ്പം കർഷകത്തൊഴിലാളികൾക്കിടയിലുള്ള പ്രവർത്തനങ്ങൾ കശു വണ്ടി കേന്ദ്രത്തിലേക്ക് മാറ്റാനുമായിരുന്നു നിർദ്ദേശം. കാരണം കശു വണ്ടി മേഖലയിൽ പാർട്ടിക്ക് അക്കാലത്ത് തീർത്തും സ്വാധീനമുണ്ടാ യിരുന്നില്ല. കശുവണ്ടിപ്പണി എന്നത് ശാരദാമ്മയെ സംബന്ധിച്ചിട ത്തോളം വളരെ പ്രയാസമുള്ള ജോലിയായിരുന്നു. കൈകൾ പൊള്ളി തിണർക്കുമ്പോഴും നഖത്തിൽ ചോരപൊടിയുമ്പോഴും തന്നിൽ ഏല്പിച്ച ഉത്തരവാദിത്വങ്ങളിൽനിന്നും അവർ ഒരിക്കൽപ്പോലും തിരിഞ്ഞു നോക്കി യിരുന്നില്ല. കാരണം അന്നത്തെ കശുവണ്ടി തൊഴിലാളികളുടെ അവസ്ഥ അത്രമേൽ ദരിദ്രമായിരുന്നു. നാലു കാശിന്റെ കരുപ്പട്ടി വെള്ളം മാത്രമാ യിരുന്നു അവരുടെ ഉച്ചഭക്ഷണം പോലും. കശുവണ്ടിപ്പരിപ്പ് എടുക്കാൻ അത്ര വശമില്ലാത്തതുകൊണ്ടുതന്നെ പലപ്പോഴും മറ്റു സ്ത്രീതൊഴിലാ ളികൾ അവർ എടുക്കുന്നതിൽ ഒരു പങ്ക് ശാരദാമ്മയുടെ പാത്രത്തി ലേക്കും ഇടും. തനിക്കാവശ്യമുള്ളത് പാർട്ടി തരുന്നതുകൊണ്ടുതന്നെ ഫാക്ടറിയിൽ നിന്നു കിട്ടുന്ന കാശുമുഴുവനും ഭക്ഷണവും മറ്റും വാങ്ങി ക്കൊടുത്ത് അവർക്കിടയിൽ തന്നെ ചെലവാക്കുകയായിരുന്നു ശാരദാ മ്മയുടെ പതിവ്. തങ്കമ്മ എന്ന കള്ളപ്പേരിൽ കശുവണ്ടി തൊഴിലാളി യായി മാറിയ ശാരദാമ്മ വളരെ പെട്ടെന്നുതന്നെ അവരുടെ പ്രിയപ്പെട്ട തങ്കമ്മ അക്കനായി. പിന്നീട് പതിയെപ്പതിയെ തങ്ങളുടെ അവകാശ ങ്ങളെപ്പറ്റിയും യൂണിയനെയും മെമ്പർഷിപ്പിനെപ്പറ്റിയും ഒക്കെ അവരെ ബോദ്ധ്യപ്പെടുത്തി. ടി എം ചുമ്മാറിന്റെ പാർട്ടിയായിരുന്നു അതുവരെ കശുവണ്ടി മേഖലയെ സ്വാധീനിച്ചിരുന്നത്. എന്നാൽ ശാരദാമ്മയുടെ കൃത്യമായ പ്രവർത്തനങ്ങളുടെ ഭാഗമായി പിന്നീട് ചുമ്മാറിന്റെ ആൾക്കാർ വന്നപ്പോൾ അവരുടെ മെമ്പർഷിപ്പുകൾ പരസ്യമായി മുഖ

ത്തേക്കെറിഞ്ഞ് തൊഴിലാളികൾ പറഞ്ഞു 'ഞങ്ങക്കിനി നിങ്ങടെ യൂണിയൻ വേണ്ട മറ്റൊന്നുമതി' എന്ന്. തുടർന്ന്, ഫാക്ടറി മുതലാളിക്കു മുന്നിൽ അഴിമതി, അവിഹിതം, പീഡനങ്ങൾ എന്നീ പ്രശ്നങ്ങൾ ചൂണ്ടിക്കാണിക്കുകയും ന്യായമായ കൂലിയും മലമൂത്രവിസർജ്ജനങ്ങൾക്കായുള്ള അടിസ്ഥാന സൗകര്യങ്ങളും ഉറപ്പാക്കണമെന്ന് ആവശ്യപ്പെടുകയും ചെയ്തു.

ചെങ്ങന്നൂരിൽ പാർട്ടിയുടെ രഹസ്യഗ്രൂപ്പിന്റെ ഭാഗമായിരുന്ന കർഷകത്തൊഴിലാളികളുടെ വീടുകളിൽ കയറി പൊലീസ് അവിടുത്തെ സ്ത്രീകളെ മാനഭംഗപ്പെടുത്തുകയും പുരുഷന്മാരെ അറസ്റ്റുചെയ്യുകയും ചെയ്തിരുന്നു. അന്ന് ഇരകളായ പെണ്ണുങ്ങളെയും കൂട്ടി എണ്ണയ്ക്കാട്ടു നിന്നും ചെങ്ങന്നൂർ ലോക്കപ്പിലേക്കുള്ള ജാഥ നയിച്ചതും ശാരദാമ്മയായിരുന്നു. "ഒന്നുകിൽ അറസ്റ്റ് അല്ലെങ്കിൽ ആണുങ്ങളെ വിടണം." പിടിച്ചുകൊണ്ടുപോയ ആണുങ്ങളെ വിട്ടില്ലെങ്കിൽ ഞങ്ങളെയെല്ലാം അറസ്റ്റു ചെയ്യണമെന്നും പറഞ്ഞ് ശാരദാമ്മ കളക്ടർ കേശവപ്പണിക്കർക്കു മുന്നിൽ ഇരുന്നു. ഒടുവിൽ പൊലീസിന് എല്ലാവരെയും വിടേണ്ടിവന്നു. കലുഷിതമായ നീണ്ട നേതാക്കളുടെ ഒളിവുകാല ജീവിതം പാർട്ടിക്കു മേലുള്ള സർക്കാർ നിരോധനം പിൻവലിക്കുന്നതോടെയാണ് അവസാനിക്കുന്നത്. അതേ തുടർന്ന് പ്രവർത്തകരോടൊക്കെയും പുറത്തിറങ്ങാൻ ആവശ്യപ്പെടുകയും പാർട്ടി തീരുമാനപ്രകാരം കമ്യൂണിസ്റ്റ് പാർട്ടി സെക്രട്ടറി എം എൻ ഗോവിന്ദൻനായർ കിളിക്കൊല്ലൂരിൽ എത്തി തൊഴിലാളികളുടെ വലിയൊരു ജാഥ സംഘടിപ്പിച്ചു. ജാഥയുടെ ക്യാപ്റ്റനായി ജെ ശാരദാമ്മയെയായിരുന്നു തെരഞ്ഞെടുത്തിരുന്നത്. വിദ്യാർത്ഥികളും യുവജനങ്ങളും എല്ലാ ഫാക്ടറികൾക്കു മുന്നിലും ജാഥയ്ക്ക് സ്വീകരണമൊരുക്കി. കൊല്ലത്ത് ഒ എൻ വിയും സാംബശിവനും ഉൾപ്പെടെയുള്ളവർ സ്വീകരണത്തിന്റെ മുൻ നിരയിലുണ്ടായിരുന്നു. അവസാന പൊതുയോഗത്തിൽ വെച്ച് എം എൻ ഗോവിന്ദൻനായരാണ് ജാഥയുടെ ക്യാപ്റ്റൻ കൂടിയായ വ്യക്തി തൊഴിലാളികളുടെ തങ്കമ്മ അക്കനല്ലെന്നും എണ്ണയ്ക്കാട്ടുകാരി ശാരദാമ്മയാണെന്നും വെളിപ്പെടുത്തുന്നത്. അത് മറ്റു തൊഴിലാളികൾക്കൊക്കെ ഒരു അതിശയമായിരുന്നു. തങ്കമ്മ, ലക്ഷ്മിക്കുട്ടി, അശോകൻ എന്നീ പേരുകളിലായി കൊല്ലത്ത് രണ്ടും മൂന്നും സ്ഥലങ്ങളിലാണ് ശാരദാമ്മ പ്രവർത്തിച്ചിരുന്നത്.

ശാരദാമ്മയുടെ പിന്നീടുള്ള പ്രവർത്തനങ്ങൾ കായംകുളത്തായിരുന്നു. തൊഴിലാളികളിൽ മാത്രമൊതുങ്ങാതെ മറ്റ് വ്യത്യസ്തതലങ്ങളിലുള്ളവരെകൂടി സംഘടിപ്പിക്കുന്നതിന്റെ ഭാഗമായി മഹിളാസംഘങ്ങളുണ്ടാക്കി സ്ത്രീകളെ യോജിപ്പിക്കാൻ പാർട്ടി നിർദ്ദേശിച്ചു. അതിനായി

വി എസ് അച്യുതാനന്ദനും ശ്രീമതിടീച്ചറിനുമൊപ്പം ജെ ശാരദാമ്മ

ശാരദാമ്മയും ആയിഷബായി, ഓമന, സുഭദ്രാമ്മ, രാധമ്മ എന്നിവരും ചേർന്ന് രഹസ്യമായി കമ്മിറ്റികൂടുകയും മദ്ധ്യതിരുവിതാംകൂർ മഹിളാ സംഘം രൂപീകരിക്കുന്നതിനായി ഒരു സമ്മേളനം വിളിക്കാനും തീരുമാനിച്ചു. ഓച്ചിറ പടനിലത്തു വെച്ചു നടന്ന സമ്മേളനം ഉദ്ഘാടനം ചെയ്തത് അന്ന് എം എൽ എ സ്ഥാനത്തേക്ക് സ്വതന്ത്രസ്ഥാനാർത്ഥിയായി മത്സരിച്ചു ജയിച്ച ആനി ജോസഫായിരുന്നു. സംഘടനയുടെ ജനാധിപത്യ സ്വഭാവം വരച്ചുകാട്ടാൻ കൂടിയായിരുന്നു അത്തരം ഒരു നീക്കം, പ്രസിഡന്റായി ഗൗരിയമ്മയേയും സെക്രട്ടറിയായി ശാരദാമ്മയേയുമാണ് തിരഞ്ഞെടുത്തിരുന്നത്. പിന്നീട് പാർട്ടി പിളർന്നതോടെ കേരള മഹിളാ സംഘം സി പി ഐയുടെ കൈയിലാവുകയും സി പി എമ്മിനുവേണ്ടി അഖിലേന്ത്യാ ജനാധിപത്യ മഹിളാ അസോസിയേഷൻ രൂപപ്പെടുകയും ചെയ്തു. ആദ്യ കമ്മിറ്റിയിൽ തന്നെ സംസ്ഥാന വൈസ് പ്രസിഡന്റായിരുന്ന ശാരദാമ്മ AIDWA യുടെ കേന്ദ്ര കമ്മിറ്റി അംഗമായി തിരഞ്ഞെടുക്കപ്പെട്ടു. സുശീല ഗോപാലൻ, അരുണാ ആസഫലി, ക്യാപ്റ്റൻ ലക്ഷ്മി, രേണുകാ ചക്രവർത്തി, ശ്യാമിലി ഗുപ്ത, ബൃന്ദാകാരാട്ട്, ഗോദാവരി പരുലേക്കർ തുടങ്ങി നിരവധി മഹിളാ നേതാക്കൾക്കൊപ്പമായിരുന്നു ജെ ശാരദാമ്മയുടെ ദീർഘകാല പ്രവർത്തനം.

ഇതിനിടയിൽ 1971 ൽ കോർപ്പറേഷൻ കൗൺസിലറായിരുന്ന ജെ ശാരദാമ്മ 1974 ൽ എ കെ ജി നയിച്ച മിച്ചഭൂമി സമരത്തിൽ വനിതാ വോളന്റിയർമാരുടെ ക്യാപ്റ്റൻ കൂടിയായിരുന്നു. എ കെ ജി അന്ന് എം

പിയാണ്. മുടവൻമുകൾ കൊട്ടാരത്തിൽ കയറി മിച്ചഭൂമി കൈയേറി കൊടി നാട്ടി, ഭൂമി പിടിച്ചെടുത്തു എന്ന് പ്രഖ്യാപിക്കാനായിരുന്നു തീരുമാനം. പട്ടിണി ജാഥയുടെ മുന്നിൽ എ കെ ജിയായിരുന്നു. ഗേറ്റിനു മുന്നിൽ നിന്ന പൊലീസുകാരോട് മാറു എന്ന് മാത്രം പറഞ്ഞ് അദ്ദേഹം വളരെ അപ്രതീക്ഷിതമായി ആ മതിൽ എടുത്തു ചാടി. എം പി മതിൽ ചാടുകയോ? പൊലീസിന്റെ ശ്രദ്ധ മാറിയപ്പോൾ തൊട്ടുപുറകിലുണ്ടായിരുന്ന സഖാവ് ശാരദാമ്മയും മതിൽ ചാടി, പിന്നാലെ മറ്റുള്ളവരും. കമ്പുനാട്ടി സാരി വലിച്ചുകീറി കൊടി നാട്ടി വിളിച്ച മുദ്രാവാക്യം അന്ന് വലിയ കോളിളക്കങ്ങൾ സൃഷ്ടിച്ചു. അടിയന്തരാവസ്ഥയ്ക്കുശേഷം 1977 ൽ നടന്ന നിയമസഭാ തിരഞ്ഞെടുപ്പിൽ തിരുവനന്തപുരം ഈസ്റ്റ് അസംബ്ലി മണ്ഡലത്തിൽനിന്നും ശാരദാമ്മ മത്സരിച്ചു. എം പി നാരായണൻ നായരായിരുന്നു എതിർ സ്ഥാനാർത്ഥി. അന്ന് കേരളത്തിൽ അടിയന്തരാവസ്ഥയോടു ചെറുത്തുനിന്ന ഇടതുപക്ഷം തോൽക്കുകയായിരുന്നു, ഒപ്പം നേരിയ വ്യത്യാസത്തിൽ ശാരദാമ്മയും. പിന്നീട് 1990 ൽ അസംബ്ലിയിൽ കിട്ടുന്നതിനേക്കാൾ വോട്ടോടെയാണ് ജില്ലാ കൗൺസിൽ മെമ്പറായി സഖാവ് ജെ ശാരദാമ്മ മത്സരിച്ചു ജയിക്കുന്നത്.

1992 ൽ നടന്ന AIDWA യുടെ കേന്ദ്ര കമ്മിറ്റി യോഗത്തിൽ കേരളത്തെ പ്രതിനിധീകരിച്ചു സംസാരിച്ചുകൊണ്ടിരിക്കെ ശാരദാമ്മ ഒരു വശം തളർന്ന് വേദിയിൽ കുഴഞ്ഞു വീണു. തുടർ ചികിത്സകൾക്കുശേഷം 1999 വരെ പൊതു രാഷ്ട്രീയ പ്രവർത്തനങ്ങളിൽ സജീവ സാന്നിദ്ധ്യമായി തുടർന്നിരുന്നു.

പാർട്ടിയിലെ സജീവ പ്രവർത്തകരായിരുന്ന വനിതാ നേതാക്കളിൽ പലരും വിവാഹത്തോടെ ഭർത്താവും കുടുംബവുമായി ഒതുങ്ങുന്നത് നേരിൽ കാണുന്നതുകൊണ്ടാവണം വിവാഹത്തെക്കുറിച്ച് ആദ്യ കാലങ്ങളിൽ ശാരദാമ്മ അത്രകണ്ട് ചിന്തിച്ചിരുന്നില്ല. പിന്നീട് പാർട്ടി നിർദ്ദേശിച്ച പ്രകാരമാണ് തിരുവനന്തപുരം ജില്ലയിലെ പാർട്ടി പ്രവർത്തകനായിരുന്ന സ. അവണാകുഴി സദാശിവനുമായുള്ള വിവാഹം നടക്കുന്നത്. കേരളത്തിൽ കമ്യൂണിസ്റ്റു പാർട്ടി അധികാരത്തിൽ എത്തുന്നതിന് ഒരു വർഷം മുൻപ് നടന്ന കമ്യൂണിസ്റ്റ് പാർട്ടിയുടെ ആലുവ സ്റ്റേറ്റ് സമ്മേളനത്തിൽ വെച്ചാണ് ഇരുവരും കണ്ടുമുട്ടുന്നത്. അക്കാലത്ത് ചെറുപ്രായക്കാരിയായിരുന്ന ശാരദാമ്മയുടെ ധീരമായ പ്രവർത്തനങ്ങളും ഒളിവു ജീവിതവും ആ പേര് മറ്റു പാർട്ടി പ്രവർത്തകർക്കിടയിൽ സുപരിചിതമാക്കി. അതുതന്നെയാവണം തിരുവനന്തപുരത്തുനിന്നെത്തിയ പാർട്ടി പ്രതിനിധിയായ അവണാകുഴിക്ക് അവരെ തന്റെ ജീവിതത്തിലേക്ക് ക്ഷണിക്കാൻ പ്രേരിപ്പിച്ച ഘടകവും. കാർത്തികപ്പള്ളി താലൂക്കിൽനി

ന്നുള്ള പ്രതിനിധിയായിരുന്ന ശാരദാമ്മ കെ ആർ ഗൗരിയമ്മയുടെ നേതൃത്വത്തിൽ എത്തിയ വനിതാ പ്രവർത്തകർക്കൊപ്പമായിരുന്നു സമ്മേളനത്തിൽ പങ്കെടുത്തത് എന്നതുകൊണ്ട് ശാരദാമ്മയെ വിവാഹം കഴിക്കണം എന്ന ആഗ്രഹം അവണാകുഴി ആദ്യം അറിയിക്കുന്നത് ഗൗരിയമ്മയെയാണ്. വിവാഹശേഷവും തന്റെ സജീവ പാർട്ടി പ്രവർത്തനങ്ങൾക്ക് സഹായിയായി നില്ക്കണം എന്നതുമാത്രമായിരുന്നു ശാരദാമ്മ ഉന്നയിച്ച ആവശ്യം. ദേശത്തിന്റെ അതിർവരമ്പുകൾക്കും ജാതി വ്യത്യാസങ്ങൾക്കുമപ്പുറത്തേക്ക് അധികം വൈകാതെ 1956 ൽ ഇരുവരും ഒരുമിച്ചുള്ള യാത്രയാരംഭിച്ചു. കായംകുളം പന്നിയൂർ എൻ എസ് എസ് ഹൈസ്കൂളായിരുന്നു വിവാഹവേദി.

പഴയ ജന്മി കുടുംബത്തിലെ മൂത്തമകൻ, ഡി ഐ ജി, ഗവൺമെന്റ് സെക്രട്ടറി തുടങ്ങി നീണ്ട ഉദ്യോഗസ്ഥനിരയുള്ള കുടുംബ പശ്ചാത്തലത്തിൽനിന്നും ഇംഗ്ലീഷ് മീഡിയം സ്കൂളിൽ പഠിച്ച്, ബ്രിട്ടീഷ് ആർമിയിൽ സർവ്വേയിൽ അസി. സൂപ്രണ്ടായി സേവനമനുഷ്ഠിച്ച വ്യക്തിയാണ് അവണാകുഴി സദാശിവൻ. സേവന കാലാവധി കഴിയുമ്പോൾ എസ് ഐ ആക്കാൻ വീട്ടുകാർ തീരുമാനിച്ചിരിക്കുമ്പോഴാണ് രാഷ്ട്രീയ - പൊതുപ്രവർത്തനങ്ങളിലേക്ക് വഴിതിരിയുന്നതും അതിനായി വീട്ടിൽനിന്നും ഒളിച്ചോടുന്നതും.

തിരുവനന്തപുരത്തിന്റെ രാഷ്ട്രീയ രംഗത്ത് അവണാകുഴി എന്ന പേര് വേരുറച്ചത് വളരെ പെട്ടെന്നായിരുന്നു. ഫക്കീർഖാനും കെ വി സുരേന്ദ്രനാഥുമൊക്കെ ഉൾപ്പെടുന്ന തിരുവനന്തപുരത്തെ കമ്യൂണിസ്റ്റ് നേതൃത്വത്തിൽ അദ്ദേഹവും ഒരു സുപ്രധാന ഭാഗമായിരുന്നു. കെ അനിരുദ്ധനും അവണാംകുഴിയും നിവർന്നു നിന്നാൽ അന്ന് തിരുവനന്തപുരം കിടുങ്ങുമായിരുന്നു എന്ന് അക്കാലത്തെക്കുറിച്ച് ഇന്നു പലരും ഓർക്കുന്നുണ്ട്.

ബന്ധുക്കളും സഖാക്കളും ഒരുപോലെ പങ്കെടുത്ത ചടങ്ങായതുകൊണ്ടുതന്നെ താലി ചാർത്തലും രക്തഹാരവുമുൾപ്പെടെ വൻ ജനാവലികൾക്കു മുന്നിലായിരുന്നു വിവാഹം. വൈകിട്ട് അവണാക്കുഴിയിൽ ടീ പാർട്ടി. പിറ്റേന്ന് കോഴിക്കോട് പാർട്ടി സംസ്ഥാനസമ്മേളനത്തിൽ നേതാക്കളുടെ ഔദ്യോഗിക സ്വീകരണം. തിരുവനന്തപുരത്തെ വാടക വീട്ടിലായിരുന്നു ഇരുവരുടെയും ജീവിതം ആരംഭിക്കുന്നത്. വിവാഹശേഷവും പാർട്ടി പ്രവർത്തനങ്ങളിൽ ശാരദാമ്മ സജീവമായി തന്നെ തുടർന്നു. 1957 ൽ നേമത്തുനിന്നുള്ള സ്ഥാനാർത്ഥിയായി സ. അവണാകുഴി സദാശിവൻ മത്സരിക്കുമ്പോൾ അദ്ദേഹത്തിനുവേണ്ടിയുള്ള പ്രചാരണ പരിപാടികളുടെ മുൻനിരയിൽ ശാരദാമ്മയും സജീവമായിരുന്നു.

ശാരദാമ്മയുടെ സാന്നിദ്ധ്യം അവണാകുഴിയുടെ അട്ടിമറി വിജയത്തിനു ഒരു കാരണമായിരുന്നു. പിന്നീട് തുടർച്ചയായി മൂന്നു തവണയാണ് സ. അവണാകുഴി സദാശിവൻ നേമത്തുനിന്നും എം എൽ എയായി മത്സരിച്ചു ജയിക്കുന്നത്.

കർഷകത്തൊഴിലാളികളെയും സ്ത്രീകളെയും സംഘടിപ്പിക്കുക എന്നതായിരുന്നു ശാരദാമ്മയുടെ പ്രധാന പ്രവർത്തനമേഖല. എന്നാൽ പിന്നീടങ്ങോട്ട് വളരെ കലുഷിതമായൊരു രാഷ്ട്രീയ സാഹചര്യമായിരുന്നു ഉടലെടുത്തത്. വിമോചനസമരവും പിന്നാലെ ചൈനാച്ചാരന്മാർ എന്ന് മുദ്രകുത്തി കമ്യൂണിസ്റ്റുകാരെ ഒറ്റപ്പെടുത്തുകയും ചെയ്തതോടെ അവണാകുഴി സദാശിവനുൾപ്പെടെയുള്ള നേതാക്കൾ പൊലീസിന്റെ അറസ്റ്റിന്റെ നിഴലിലാവുകയായിരുന്നു.

1965 ൽ സദാശിവനും ശാരദാമ്മയും അറസ്റ്റുചെയ്യപ്പെട്ടു. പാർട്ടി പിളരുകയും സി പി ഐ (എം) പ്രവർത്തകരെ ഇന്ത്യ-ചൈന യുദ്ധ പശ്ചാത്തലത്തിൽ ചൈനാചാരന്മാർ എന്ന് മുദ്രകുത്തി വ്യാപകമായി അറസ്റ്റു ചെയ്യുകയായിരുന്നു. അന്ന് ഇ എം എസ് ഇറക്കിയ സ്റ്റേറ്റ്മെന്റ് "യുദ്ധമല്ല പരിഹാരം, ഒരു മേശയ്ക്കു ചുറ്റുമിരുന്ന് കാര്യങ്ങൾ തീരുമാനിക്കണെ"മെന്നായിരുന്നു. സി പി ഐ റഷ്യയെ പിന്തുണച്ചപ്പോൾ, സി പി എം ചൈനയെ പിന്തുണച്ചു. അതിന്റെ അടിസ്ഥാനത്തിലാണ് മാർക്സിസ്റ്റുകാരെ ചൈനാചാരന്മാരായി പ്രഖ്യാപിച്ച് സി പി എം നിരോധിക്കുന്നത്. തിരുവനന്തപുരത്തെ പാർട്ടി പിളർക്കുന്നത് ശാരദാമ്മയുടെയും അവണാകുഴി സദാശിവന്റെയും വീട്ടിൽ വെച്ചായിരുന്നു. വർക്കല രാധാകൃഷ്ണന്റെ അദ്ധ്യക്ഷതയിൽ അവിടെവെച്ചുകൂടിയ ജില്ലാ കമ്മിറ്റിയിൽ കാട്ടായിക്കോണം വി ശ്രീധരനായിരുന്നു സെക്രട്ടറി. പാർട്ടി നിരോധനം വന്നതോടെ അവണാകുഴി സദാശിവൻ ഉൾപ്പെടെയുള്ള സഖാക്കൾ ഒളിവിൽ പോയി, മറ്റു പലരും ജയിലിലും. ഒരു ദിവസം രാത്രിയാണ് പൊലീസ് ശാരദാമ്മയുടെ വീട് വളയുന്നത്. അതും മൂന്നും നാലും സ്റ്റേഷനിൽ നിന്നായി ഒരു സംഘം പൊലീസ്. അന്ന് അവരുടെ മൂത്തമകന് എട്ടു വയസ്സും മകൾക്ക് നാലു വയസ്സും ഇളയമകൾക്ക് ഒരു വയസ്സുമായിരുന്നു പ്രായം. കൂടാതെ ശാരദാമ്മ നാലുമാസം ഗർഭിണിയും. പാതിരാത്രിയോടെ തോക്കും ലാത്തിയുമായി എത്തിയ പൊലീസുകാർ വാതിലിലിലാഞ്ഞടിക്കുകയായിരുന്നു. പുരുഷന്മാരില്ലാത്ത വീട്ടിലേക്കുള്ള പൊലീസുകാരുടെ ഇടപെടലിൽ നിയമപ്രശ്നമുണ്ട്. അതുകൊണ്ട് നേരം വെളുക്കുന്നതുവരെയും എന്തു സംഭവിച്ചാലും വാതിൽ തുറക്കരുതെന്നും നിർദ്ദേശമുണ്ടായിരുന്നെങ്കിലും അവരുടെ വാതിലിലുള്ള ഇടിയും ബഹളവും കൂടിക്കൂടി വന്നപ്പോൾ നിവൃത്തിയില്ലാതെയാണ് ശാരദാമ്മ വാതിൽ

തുറന്നത്. സ്ത്രീ പൊലീസുകാരില്ലാതെ കൂടെ വരാൻ കഴിയില്ല എന്ന ഉറച്ചനിലപാട് എടുത്തെങ്കിലും ശാരദാമ്മയ്ക്ക് ഒടുവിൽ അറസ്റ്റിനു വഴങ്ങേണ്ടിവന്നു. പുലർച്ചെ നാലുമണിക്കു മുൻപായി പൂജപ്പുര സെൻട്രൽ ജയിലിൽ എത്തിക്കുക എന്നതായിരുന്നു അവരുടെ ലക്ഷ്യം. ഇ എം എസ്, എ കെ ജിയടക്കമുള്ള നേതാക്കൾ ഇതിനോടകം തന്നെ അറസ്റ്റു ചെയ്യപ്പെട്ടിരുന്നു. ശാരദാമ്മയെ പൂജപ്പുര സെൻട്രൽ ജയിലിലാക്കിയതിനു പിന്നാലെ ഉച്ചയോടെ സുശീല ഗോപാലനെയും വൈകുന്നേരത്തോടെ ഗൗരിയമ്മയെയും എത്തിച്ചു. അറസ്റ്റു ചെയ്ത അന്നു രാത്രി മൂവരെയും മറ്റു കുറ്റവാളികളോടൊപ്പമിടാനായിരുന്നു തീരുമാനം. എന്നാൽ 57 ൽ മന്ത്രിയായിരുന്നതുകൊണ്ടും, ജയിലിൽ പോയി മുൻപരിചയമുണ്ടായിരുന്നതുകൊണ്ടും കാര്യങ്ങൾ കൃത്യമായി അറിയാവുന്ന ഗൗരിയമ്മ ആ തീരുമാനത്തെ ശക്തമായിത്തന്നെ എതിർത്തു. ഒരു വയസ്സു മാത്രം പ്രായമുള്ള ഇളയ മകളെയും കൂട്ടിയാണ് ശാരദാമ്മ ജയിലിലേക്ക് എത്തുന്നത്. അതിനുശേഷമാണ് സഖാവ് അവണാകുഴി സദാശിവൻ അറസ്റ്റിലാകുന്നത്. മൂത്ത രണ്ടുമക്കളേയും പിന്നീട് വളർത്തിയത് പാർട്ടിയായിരുന്നു. വൈകാതെ കോടതി വിധിയെ തുടർന്ന് എ കെ ജിയെ പാർപ്പിച്ചിരുന്ന വിയ്യൂർ സെൻട്രൽ ജയിലിലേക്ക് സുശീല ഗോപാലനെ മാറ്റി. ഗർഭിണിയായ ശാരദാമ്മയുടെയും മകളുടെയും കാര്യങ്ങളിൽ ഗൗരിയമ്മ പ്രത്യേക ശ്രദ്ധ ചെലുത്തിയിരുന്നു. വൈകിട്ട് ആറു മണിയോടെ മാത്രമാണ് അവരെ അടച്ചിടുക അതുവരെ വായിക്കാം, എഴുതാം. എന്നും പത്രം ലഭിക്കും, വീട്ടിലേക്ക് കത്തയക്കാം; കൂടാതെ ഗർഭിണിയായതുകൊണ്ടു തന്നെ കൃത്യമായ ചെക്കപ്പിനുള്ള സൗകര്യങ്ങളും ജയിലിൽ അവർക്ക് കൊടുത്തിരുന്നു.

ജയിലിൽ കൃത്യമായി ഭക്ഷണമുണ്ടായിരുന്നെങ്കിലും പുറത്തെ സ്ഥിതി വളരെ മോശമായിരുന്നു. മൂന്ന് ഔൺസ് റേഷനരിയുടെ കാലം. അത് ജയിലിലുള്ള നേതാക്കളെ അസ്വസ്ഥമാക്കി. ഇതിനെതിരെ നിരാഹാരമാരംഭിക്കണം എന്ന എ കെ ജിയുടെ രഹസ്യകത്ത് പ്രകാരം എല്ലാവരും സമരത്തിനൊരുങ്ങി. പാടില്ലായെന്ന് ഗൗരിയമ്മ ഉൾപ്പെടെയുള്ളവർ ആവർത്തിച്ചിട്ടും ശാരദാമ്മയും നിരാഹാരമാരംഭിച്ചു. കൂടെയുള്ളവരൊക്കെ ഉണ്ണാതിരിക്കുമ്പോൾ എനിക്കെങ്ങനെ അതിനു സാധിക്കും എന്നായിരുന്നു ശാരദാമ്മയുടെ ചോദ്യം. എന്നാൽ രണ്ടു ദിവസം കഴിഞ്ഞപ്പോഴേക്കും വയറുപെരുകുകയും വിയർത്ത് പരവശയാവുകയും ചെയ്ത ശാരദാമ്മയെ ഉടൻ തന്നെ ആശുപത്രിയിൽ പ്രവേശിപ്പിച്ചു. അന്നു വൈകിട്ടോടെ ശാരദാമ്മ ഒരു ആൺകുഞ്ഞിനു ജന്മം നല്കി. അന്നത്തെ പത്രങ്ങളിലെ വലിയ വാർത്തയായിരുന്നു അത്. ഭാര്യക്കും, ഭർത്താവിനും ഒരു മുറി വേണമെന്ന എ കെ ജിയുടെ കേസ് വിജയിച്ച

പശ്ചാത്തലത്തിൽ ശാരദാമ്മയും അത്തരം ഒരു ആവശ്യമുന്നയിച്ചിരുന്നു. പക്ഷേ, ഗർഭിണിയായതിനാൽ പ്രസവശേഷം നല്കാം എന്നതായിരുന്നു വിധി. പ്രസവം നിർത്താനുള്ള ഓപ്പറേഷന് ഭർത്താവിന്റെ ഒപ്പുവേണം. എന്നാൽ അത് നിലവിൽ സാദ്ധ്യമാകാത്തതുകൊണ്ട് ഗോപാലമേനോന്റെ ഭാര്യ ഡോ. കല്യാണിക്കുട്ടിയമ്മയുടെ ഉറപ്പിലായിരുന്നു ഓപ്പറേഷൻ നടന്നത്. ഓപ്പറേഷനെ തുടർന്ന് അസഹ്യമായ വയറുവേദനയിൽ കഴിഞ്ഞ രാത്രികളിൽ തന്നെയും മക്കളെയും നോക്കിയ ഗൗരിയമ്മയെക്കുറിച്ച് പിന്നീട് പലപ്പോഴും ശാരദാമ്മ ആവർത്തിച്ചു പറഞ്ഞിരുന്നു. നീണ്ട 18 മാസക്കാലമാണ് ശാരദാമ്മ ഉൾപ്പെടെയുള്ളവർ ജയിൽവാസമനുഭവിച്ചത്.

ഒരു വലിയ ചരിത്രഘട്ടത്തിന്റെ അനുഭവത്തിന്റെ ഓർമ്മപ്പെടുത്തലായി ജയിലിൽ വെച്ചു പിറന്ന തങ്ങളുടെ മകന് സഖാവ് ശാരദാമ്മയും അവണാകുഴി സദാശിവനും ജയിൽകുമാർ എന്ന് പേരു നല്കി. ജയകുമാർ, ജയശ്രീ, ജലജ എന്നിങ്ങനെയായിരുന്നു മറ്റുമക്കളുടെ പേരുകൾ ഇവനെ നമുക്ക് ജയിലൻ എന്നു വിളിക്കാം എന്ന നിർദ്ദേശം ആദ്യം വെയ്ക്കുന്നതും ഗൗരിയമ്മ തന്നെയായിരുന്നു.

1965 ൽ ജയിലിൽ കിടന്നുകൊണ്ടാണ് സഖാവ് അവണാകുഴി സദാശിവനും മലബാറിൽ കുഞ്ഞാലിയും ഉൾപ്പെടെയുള്ളവർ അന്നത്തെ നിയമസഭാ തിരഞ്ഞെടുപ്പിൽ മത്സരിച്ചത്. സഖാവ് അവണാകുഴി ജയിൽ അഴികൾക്കുള്ളിൽ തൊഴുതുനില്ക്കുന്ന പടം പ്രത്യേകം വരപ്പിക്കുകയും അത് ഒരു വാഹനത്തിൽ കെട്ടി അദ്ദേഹത്തിന്റെ മൂത്ത രണ്ട് മക്കളേയും അപ്പുറവും ഇപ്പുറവും നിർത്തിയായിരുന്നു പ്രചാരണം.

“ഞങ്ങടെ അമ്മേം അച്ഛനും അനിയനും അനിയത്തീം ഒക്കെ ജയിലിലാ. കുടുംബത്തെയൊന്നിച്ചാ പൊലീസു പിടിച്ചോണ്ടുപോയത്. ഞങ്ങൾ മാത്രമേ പുറത്തുള്ളൂ. ഞങ്ങൾക്കവരോടൊപ്പം കഴിയണമെന്നുണ്ട്.” ഇതായിരുന്നു കുട്ടികളുടെ ആവശ്യം. അനിരുദ്ധനും ഗൗരിയമ്മയുമടക്കമുള്ളവർ ജയിലിൽ നിന്നാണ് ജയിച്ചത്. എന്നാൽ അതിനുശേഷവും പൊലീസ് അവരെ വിട്ടയച്ചിരുന്നില്ല. സത്യപ്രതിജ്ഞയ്ക്കുപോലും പൊലീസ് നേതൃത്വത്തിൽ കൊണ്ടുപോവുകയായിരുന്നു. നീണ്ട ഒന്നര വർഷക്കാലത്തെ സി പി എം നിരോധനം നീക്കിയതിനു ശേഷം മാത്രമാണ് നേതാക്കളെ ജയിൽ മോചിതരാക്കുന്നത്. ആർക്കും വ്യക്തമായ ഭൂരിപക്ഷം ലഭിക്കാത്തതുകൊണ്ട് നിയമസഭ പിരിച്ചുവിട്ട് പ്രസിഡന്റുഭരണം നടപ്പിലാക്കുകയായിരുന്നു അന്ന്. 1967 ലെ അടുത്ത തിരഞ്ഞെടുപ്പിൽ നേമത്തുനിന്നുമാണ് സഖാവ് അവണാകുഴി സദാശിവൻ ജയിക്കുന്നത്. 1970 ൽ മത്സരിച്ചെങ്കിലും പരാജയപ്പെട്ടു. 1989 ലാണ് അദ്ദേഹം മരണപ്പെടുന്നത്.

അടിയന്തരാവസ്ഥക്കാലത്താണ് സഖാവ് അവണാകുഴി സദാശിവൻ പരാലിസിസ് വന്നു സുഖമില്ലാതാകുന്നത്. അന്ന് മെഡിക്കൽ കോളേജിൽ ചികിത്സയിൽ കഴിയുന്ന അദ്ദേഹത്തെ പൊലീസിനു വിട്ടുകൊടുക്കില്ല എന്നതായിരുന്നു പാർട്ടി തീരുമാനം. എന്നാൽ അനങ്ങാൻ വയ്യാതെ കിടന്ന അദ്ദേഹത്തെ ആശുപത്രിയിൽ നിന്നുതന്നെ അറസ്റ്റു ചെയ്യുകയായിരുന്നു. അന്നത്തെ ആഭ്യന്തര മന്ത്രിയായിരുന്ന കെ കരുണാകരൻ അദ്ദേഹത്തിന്റെ ആരോഗ്യസ്ഥിതിയെപ്പറ്റി നിരന്തരം അന്വേഷിച്ചുകൊണ്ടിരുന്നു. പിന്നീട് ശാരദാമ്മ നല്കിയ അപേക്ഷ പ്രകാരം അറസ്റ്റു ചെയ്തെങ്കിലും ജയിലിൽ പോകാതെ പരോളനുവധിക്കാൻ കെ കരുണാകരൻ ഉത്തരവിട്ടു. സഖാവിനു സുഖമില്ലാതായതോടെ ശാരദാമ്മയുടെ പ്രവർത്തനങ്ങളെയും സ്വാഭാവികമായും അത് ബാധിച്ചു. അദ്ദേഹത്തിന്റെ മരണശേഷം 1992 ൽ ശാരദാമ്മ ഒരു വശം തളർന്ന് റാം മനോഹർ ലോഹ്യ ആശുപത്രിയിൽ ചികിത്സയിൽ കഴിയുമ്പോഴുള്ള ഒരു ചെറിയ ഇടവേള ഒഴിച്ചു നിർത്തിയാൽ, 1999 വരെയുള്ള കാലഘട്ടത്തിൽ സഖാവ് ജെ ശാരദമ്മ ഒരു തികഞ്ഞ കമ്യൂണിസ്റ്റ് പ്രവർത്തകയായിരുന്നു. പിന്നീടങ്ങോട്ടും 2014 ഫെബ്രുവരി 4 ന് ശാരദാമ്മ മരണപ്പെടുന്നതുവരെയും ചാല ഏരിയാകമ്മിറ്റി അംഗമായി തുടർന്നു. ആരെയും അമ്പരപ്പിക്കുന്ന വിപ്ലവജീവിതമായിരുന്നു ശാരദാമ്മയുടേത്. ഒരു പ്രതിസന്ധിയുടെ മുന്നിലും അവർ പതറിയില്ല. ഒരു വെല്ലുവിളിയും ഏറ്റെടുക്കാതിരുന്നില്ല. കേരളത്തിലെ ധീരരായ വനിതാ പോരാളികളുടെ മുൻനിരയിൽ തന്നെ ശാരദാമ്മയുടെ ജീവിതം നിലകൊള്ളുന്നു.

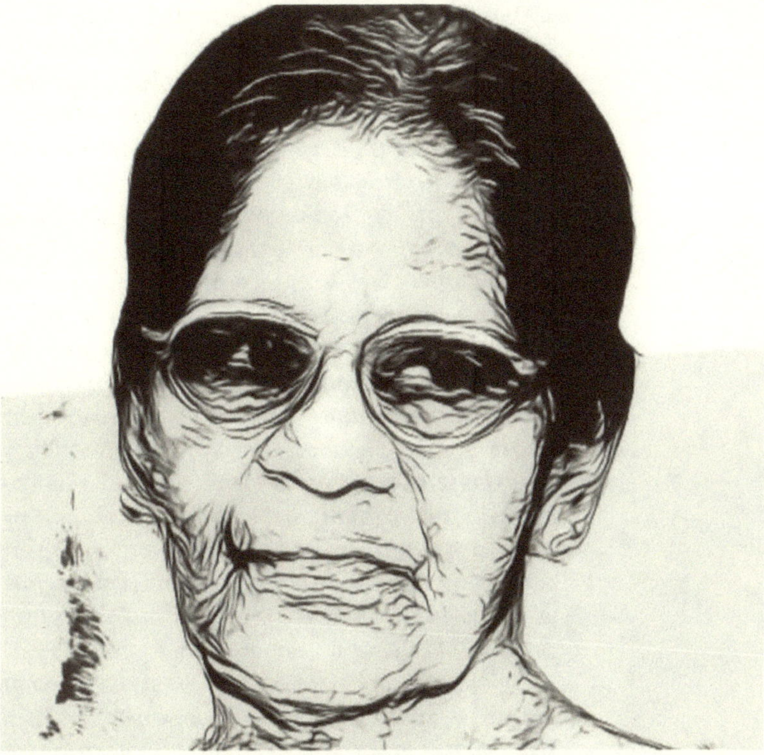

കല്യാണി ടീച്ചർ

ആമുഖം

പാട്യം ഗോപാലൻ ഹൃദയസ്തംഭനം വന്നു അകാലത്തിൽ നമ്മെ വിട്ടുപിരിഞ്ഞപ്പോൾ, നമ്മുടെ പ്രിയപ്പെട്ട മുഖ്യമന്ത്രി പിണറായി വിജയനടക്കം പങ്കെടുത്ത, അന്ന് നടന്ന ഒരു അനുശോചന യോഗത്തിൽ വെച്ചാണ് പാട്യത്തിന്റെ മൂത്ത സഹോദരി കല്യാണി ടീച്ചറെ ഞാൻ ആദ്യമായി കാണുന്നത്. കല്യാണി ടീച്ചറെയും പാട്യത്തിന്റെ കുടുംബാംഗങ്ങളെയും അന്ന് പരിചയപ്പെട്ടത് മറക്കാനാവാത്ത ഒരനുഭവമായിരുന്നു. ദുഃഖ സാന്ദ്രമായ അന്തരീക്ഷം, വിങ്ങിപൊട്ടുന്ന പാർട്ടി പ്രവർത്തകർ. പാട്യത്തിന്റെ മൂത്ത സഹോദരിയാ

യിരുന്നു കല്യാണി ടീച്ചർ. പാട്യത്തിന്റെ മരണശേഷം ടീച്ചർ രാഷ്ട്രീയത്തിൽ കൂടുതൽ സജീവമായി. വിരമിച്ചതിനു ശേഷം പാർട്ടി പ്രവർത്തനത്തിനായി ജീവിതം പൂർണമായും ഉഴിഞ്ഞുവെച്ചു. മഹിളാ അസോസിയേഷന്റെ കേന്ദ്ര കമ്മിറ്റി അംഗമായിവരെ അവർ ഉയർന്നു പ്രവർത്തിച്ചു. മികച്ചൊരു അദ്ധ്യാപികയായിരുന്നു അവർ. അതുകൊണ്ടു കൂടിയാവണം എല്ലാവരെയും നന്നായി ഉപദേശിക്കാനും നേർ വഴി നടത്താനും ടീച്ചർക്ക് പ്രത്യേക സാമർഥ്യമുണ്ടായിരുന്നു. വലിയ കർക്കശക്കാരിയായിരുന്നു അവർ. ഒന്നിലും ഒരു വിട്ടുവീഴ്ചയും ചെയ്യാത്ത പ്രകൃതം. അതുപോലെ തന്നെ തികഞ്ഞ വാത്സല്യവും. സംഘടനയ്ക്കുവേണ്ടി എന്ത് ത്യാഗവും സഹിക്കാൻ അവർ എന്നും തയ്യാറായിരുന്നു. സ്വന്തം അനുജന്റെ വേർപാടുണ്ടാക്കിയ ദുഃഖം ഇടയ്ക്കിടയ്ക്ക് എന്നോടവർ പറയുമായിരുന്നു. ടീച്ചർക്ക് മാത്രമല്ല കേരള സമൂഹത്തിനും ആ നഷ്ടം നികത്താൻ പറ്റുന്ന ഒന്നായിരുന്നില്ല. ഒരു പക്ഷേ, ആ വേർപാട് കൊണ്ടു കൂടിയാവണം സംഘടനയ്ക്കുവേണ്ടി സ്വന്തം ജീവിതം ഉഴിഞ്ഞുവെക്കാൻ അവർ തയ്യാറായത്. ഏതു ദുഷ്കരമായ പ്രദേശത്തും പാർട്ടിയേല്പിക്കുന്ന കാര്യം ചെയ്യാൻ പോകാൻ ടീച്ചർക്ക് ഒരു മടിയുമില്ലായിരുന്നു. ടീച്ചറുടെ ഇംഗ്ലീഷ് പ്രാവീണ്യം പലപ്പോഴും ഞങ്ങൾക്ക് തുണയായിട്ടുണ്ട്. അസുഖബാധിതയായി കഴിഞ്ഞ അവസാന നാളുകളിൽ പുറത്തുപോയി പ്രവർത്തിക്കാൻ പറ്റാത്തതിന്റെ ബുദ്ധിമുട്ടുകൾ അവർ പറയുമായിരുന്നു. അവിവാഹിതയായി ജീവിച്ചിട്ടും ഒരുപാടു മക്കളെ വളർത്താനും വിദ്യാഭ്യാസം ചെയ്യിക്കാനും കഴിഞ്ഞതിന്റെ കഥകളും അവർ എന്നോട് പറയുമായിരുന്നു. അതെന്നെ പലപ്പോഴും അത്ഭുതപ്പെടുത്തിയിട്ടുണ്ട്. മാതൃകാപരമായ ജീവിതമാണ് ടീച്ചർ കുടുംബത്തിനകത്തും പുറത്തും നയിച്ചത്. കണ്ണൂർ ജില്ലയെ സംബന്ധിച്ച് പറയുകയാണെങ്കിൽ നന്ദിനിയേടത്തിയോടും ശ്രീമതിയേടത്തിയോടും ദേവൂട്ടിയേടത്തിയോടുമൊപ്പം ചേർന്നുനിന്ന് പ്രവർത്തിച്ച ഒരു വലിയ നേതാവായിരുന്നു കല്യാണി ടീച്ചർ. ●

വടക്കൻ കേരളത്തിലെ നായിക

വടക്കൻ കേരളത്തിലാകെ മഹിളാപ്രസ്ഥാനം പടുത്തുയർത്താൻ ത്യാഗപൂർവം പ്രവർത്തിച്ച പ്രിയ നേതാവാണ് സ. പി കല്യാണിടീച്ചർ. സഹനത്തിന്റെ കനൽപ്പാതകൾ താണ്ടിയാണ് ടീച്ചർ വനിതാ പ്രസ്ഥാനത്തിന്റെ മുന്നണിപ്പോരാളിയായത്. മലനിരകളിലും തീരദേശ ഗ്രാമങ്ങളിലും ഒരുപോലെ യാത്രചെയ്ത് സംഘടന കെട്ടിപ്പടുക്കാൻ കാണിച്ച അസാമാന്യമായ കരുത്തും സംഘടനാ ചിട്ടയും പുതുതലമുറയ്ക്ക് ഏറെ പഠിക്കാനുണ്ട്. ഏത് നാട്ടിലെത്തിയാലും കാവൽ നിൽക്കാനും സംരക്ഷിക്കാനും സഖാക്കളുണ്ടായതിനാൽ പേടിയില്ലാതെയാണ് പാതിരാത്രിയും ഓടിനടന്നതെന്ന് ഒരു അഭിമുഖത്തിൽ ടീച്ചർ പറഞ്ഞത് ഓർക്കുന്നു.

സംഘടനാപ്രവർത്തനത്തിന്റെ ഭാഗമായി മലയോരങ്ങളിലെ വീടുകളിൽ ദിവസങ്ങളോളം കഴിഞ്ഞപ്പോൾ കപ്പയും ചേമ്പുമടക്കമുള്ള ഭക്ഷണം കഴിച്ച്, അവരിലൊരാളായി ജീവിച്ച് ജനഹൃദയങ്ങളിൽ ഇടം നേടിയ നേതാവാണ്. ആദ്യകാലത്ത് കണ്ണൂർ, കാസർകോട്, വയനാട് ജില്ലകളിലെ മഹിളാ അസോസിയേഷന്റെ ചുമതല ടീച്ചർക്കായിരുന്നു. സഹോദരങ്ങളായ പാട്യം ഗോപാലനും പാട്യം രാജനും മുഴുവൻ സമയ രാഷ്ട്രീയ പ്രവർത്തകരായതിനാൽ വീട്ടുകാര്യവും സ്കൂളുമായി ഒതുങ്ങിക്കഴിയുകയായിരുന്ന ടീച്ചറെ സ. സുശീല ഗോപാലനാണ് രാഷ്ട്രീയത്തിലേക്ക് കൈപിടിച്ചിറക്കിയത്.

നാട്ടിൽ മഹിളാ കമ്മിറ്റിയുണ്ടാക്കാൻ നിർദേശിച്ചത് സുശീല ഗോപാലനായിരുന്നു. പരപ്രത്ത് മാതയുടെ അധ്യക്ഷതയിൽ ചേർന്ന യോഗത്തിൽ കല്യാണി ടീച്ചറെ പ്രസിഡന്റായി തെരഞ്ഞെടുത്തതോടെ പൊതുരംഗത്തേക്കുള്ള ആദ്യ ചുവടുവയ്പ്പായി. സുശീല ഗോപാലൻ

പങ്കെടുത്ത യോഗമായിരുന്നു അത്. പിന്നീട് പാട്യത്തും കൂത്തുപറമ്പിലുമെല്ലാം മഹിളാസംഘടന ശക്തിപ്പെട്ടു. എൻ കെ നന്ദിനി ഉൾപ്പെടെയുള്ള നേതാക്കൾക്കൊപ്പം അക്ഷീണം പ്രവർത്തിച്ചു. വിവാഹം പോലും ഉപേക്ഷിച്ച് പൊതുപ്രവർത്തനത്തിന്റെ സമർപ്പിത ജീവിതമായിരുന്നു ടീച്ചറുടേത്. രാഷ്ട്രീയത്തിലിറങ്ങിയതോടെ പാട്യം സഹോദരിയെന്ന സ്നേഹം കൂടി അവർക്ക് നാടും ജനങ്ങളും വാരിക്കോരി നൽകി. വിമല രണദിവെ, വൃന്ദ കാരാട്ട് തുടങ്ങിയ നേതാക്കളുമായും അടുത്ത ബന്ധമായിരുന്നു.

ശ്രീമതി ടീച്ചറും കല്യാണി ടീച്ചറും
(ശ്രീമതി ടീച്ചർ ഇന്റർനാഷണൽ വുമൺസ് കോൺഫറൻസിൽ പങ്കെടുക്കാൻ ക്യൂബയിലേക്ക് പോകുന്നതിന്റെ ഭാഗമായി നടന്ന പരിപാടിയിൽ)

കതിരൂർ ഹൈസ്കൂളിൽനിന്ന് എസ് എസ് എൽ സിയും തുടർന്ന് കണ്ണൂരിൽനിന്ന് സംസ്കൃതം, മലയാളം വിദ്വാൻ പരീക്ഷയും പാസായി ഇരുപതാം വയസ്സിൽ അധ്യാപികയായി. പാട്യം വെസ്റ്റ് യു പി സ്കൂൾ, പാട്യം ഹൈസ്കൂൾ, പാതിരിയാട് കോട്ടയം രാജാസ് ഹൈസ്കൂൾ എന്നിവിടങ്ങളിലായി മുപ്പത് വർഷത്തോളം ജോലിചെയ്തു. 1974 ൽ സി പി ഐ (എം) അംഗമായി. സർവീസിൽനിന്ന് വിരമിച്ചശേഷം പാർട്ടിയിലും മഹിളാ അസോസിയേഷനിലും മുഴുവൻസമയ പ്രവർത്തകയായി.

പാട്യം ഗോപാലന്റെ രാഷ്ട്രീയ പ്രവർത്തനത്തിൽ താങ്ങും തണലുമായി നിന്നത് കല്യാണി ടീച്ചറാണ്. കണ്ണൂർ ജില്ലാ കൗൺസിൽ അംഗവും ജില്ലാ പഞ്ചായത്ത് അംഗവുമായി. പാട്യം പഞ്ചായത്തംഗം, കാർഷിക സർവകലാശാല എക്സിക്യൂട്ടീവ് അംഗം, സി പി ഐ (എം) പാട്യം ലോക്കൽ കമ്മിറ്റി അംഗം, കൂത്തുപറമ്പ് ഏരിയാ കമ്മിറ്റി അംഗം, ജനാധിപത്യ മഹിളാ അസോസിയേഷൻ ജില്ലാ പ്രസിഡന്റ്, സെക്രട്ടറി, സംസ്ഥാന വൈസ്പ്രസിഡന്റ്, ഖാദി വർക്കേഴ്സ് യൂണിയൻ ജില്ലാ പ്രസിഡന്റ്, സംസ്ഥാന കമ്മിറ്റി അംഗം, സ്കൂൾ പാചകത്തൊഴിലാളി യൂണിയൻ ജില്ലാ പ്രസിഡന്റ് എന്നീ നിലകളിലും പ്രവർത്തിച്ചു.

ജോലിക്കും രാഷ്ട്രീയ പ്രവർത്തനത്തിനുമിടയിലാണ് മദിരാശി യൂണിവേഴ്സിറ്റിയിൽനിന്ന് പ്രൈവറ്റായി ബിരുദമെടുത്തത്. ബനാറസ് ഹിന്ദു യൂണിവേഴ്സിറ്റിയിൽ ഇംഗ്ലീഷിൽ ബിരുദാനന്തര ബിരുദ പഠനത്തിന് ചേർന്നു. ചൈനാചാരയെന്ന് ആരോപിച്ച് പാട്യത്തെ അറസ്റ്റ് ചെയ്തതോടെ പരീക്ഷ മുടങ്ങി. 2007 നവംബർ 4 ന് നമ്മെ വിട്ടുപിരിഞ്ഞു.

ദേവകി വാര്യർ

ആമുഖം

വളരെ പ്രശസ്തയായ ഒരമ്മയുടെ പ്രശസ്തയായ മകൾ. അതാണ് ദേവകി വാര്യർ. ആര്യ പള്ളത്തിന്റെ മകൾ. ആര്യ പള്ളത്തെക്കുറിച്ച് നമ്മൾ ചെറുപ്രായത്തിൽത്തന്നെ കേട്ടിട്ടുണ്ട്. പിന്നീടാണ് ഡോ പി കെ ആർ വാര്യരെക്കുറിച്ച് കേട്ട് തുടങ്ങുന്നത്. അദ്ദേഹം വളരെ പ്രശസ്തനായ ഒരു കാർഡിയോളജിസ്റ്റ് ആയിരുന്നു. ദേവകി വാര്യരെ ഞാൻ കാണുന്നത് കണ്ണൂർ ജില്ലയിൽ എ കെ ജി ഹോസ്പിറ്റലിലെ കാർഡിയോളജിസ്റ്റ് ആയിട്ടാണ്. അവർ കണ്ണൂർ ജില്ലയിലെ തിളപ്പിൽ ഒരു വാടക വീട്ടിൽ താമസിക്കുന്ന വേളയിലാണ് ഞാൻ വീട്ടിൽ പോയി

അവരെ കാണുന്നത്. മഹിളാ പ്രസ്ഥാനവുമായി ബന്ധപ്പെട്ട് അഭേദ്യമായി പ്രവർത്തിച്ചിരുന്ന നേതാവായിരുന്നു മുൻപ് അവർ. കേരള മഹിളാ ഫെഡറേഷന്റെ കാലത്ത് ഗൗരിയമ്മ സെക്രട്ടറിയും ദേവകി വാര്യർ പ്രസിഡന്റുമായി പ്രവർത്തിച്ചിരുന്നു എന്നൊക്കെ ഞാൻ കേട്ടിരുന്നു. അതുകൊണ്ട് അവരെ വീട്ടിൽ പോയി നേരിട്ട് കണ്ടു. അവരെ നേരിട്ട് കണ്ടപ്പോഴാണ് ആ ഹൃദയ നൈർമല്യവും സൗഹൃദവും ഞാൻ നേരിട്ടറിയുന്നത്. ജീവിതത്തിലൊരിക്കലും നമുക്ക് മറക്കാൻ കഴിയാത്ത സ്നേഹത്തിന്റെയും നൈർമല്യത്തിന്റെയും പ്രതീകമായിരുന്നു അവർ. കുറച്ചുകാലം മാത്രമേ അവർ അവിടെയുണ്ടായിരുന്നുള്ളൂവെങ്കിലും ഞങ്ങൾക്കാവശ്യമായ മാർഗ്ഗനിർദേശങ്ങൾ കൃത്യമായി തരുമായിരുന്നു. അവർ വീണ്ടും സംസ്ഥാനക്കമ്മിറ്റിയിൽ വരികയും ഞങ്ങൾ ഒരുമിച്ച് പ്രവർത്തിക്കുകയും ചെയ്തു. ഇംഗ്ലീഷിലുള്ള ഉള്ളടക്കം ഞങ്ങൾക്ക് അന്ന് പറഞ്ഞു തന്നിരുന്നത് ദേവകി വാര്യരായിരുന്നു. തിരുവനന്തപുരത്ത് രണ്ടാം ദേശീയ സമ്മേളനം നടന്നപ്പോൾ ആ സമ്മേളനത്തിൽ 1986 ൽ ഏറ്റവും സജീവമായി അവർ പ്രവർത്തനരംഗത്തുണ്ടായിരുന്നു. അന്ന് സമ്മേളനവുമായി ബന്ധപ്പെട്ട കലാ പരിശീലനമൊക്കെ നടന്നിരുന്നത് പലപ്പോഴും ദേവകി വാര്യരുടെ വീട്ടിൽ വെച്ചായിരുന്നു. അക്കാലത്ത് അവർ വളരെ സജീവമായിരുന്നു. അതിനുശേഷം അസുഖമായി ഇരുന്നപ്പോൾ ഞാൻ പതിവായി അവരുടെ വീട്ടിൽ പോകുമായിരുന്നു. സ്നേഹംകൊണ്ട് എല്ലാവരെയും മൂടുന്ന പ്രകൃതമായിരുന്നു അവരുടേത്. ഇഷ്ടപ്പെടാത്ത ഒരു വാക്കുപോലും ആരോടും പറയാത്ത ഒരാളായിരുന്നു അവർ. ക്യാൻസർ ബാധിതയായ അവരെ ഞാൻ ഇടയ്ക്കിടയ്ക്കൊക്കെ പോയി കാണുകയും സംസാരിക്കുകയും ചെയ്യുമായിരുന്നു. വേർപിരിയാത്ത ഇണകളെപ്പോലെയാണ് പി കെ ആർ വാര്യരും ദേവകിയും ജീവിച്ചിരുന്നത്. അസുഖബാധിതയായ ദേവകിയെ ചിരിപ്പിക്കാനും സന്തോഷിപ്പിക്കുവാനും പി കെ ആർ വാര്യർ നടത്തുന്ന ശ്രമങ്ങൾ ഞാനോർക്കുന്നു. അവരുടെ മകൾ അനസൂയയും ഭർത്താവ് ഷാജി കരുണുമായി അടുത്തിടപഴകുമ്പോഴൊക്കെ ഞാനോർക്കും, സമൂഹത്തിന്റെ ഉന്നമനത്തിനായി സ്വന്തം ജീവിത സുഖ സൗകര്യങ്ങളെല്ലാം ത്യജിച്ച് വളരെ ലളിതമായി ജീവിച്ച സ്വന്തം ജീവിതം ഒരു മാതൃകയായി മറ്റുള്ളവരെ കാണിച്ച് ദമ്പതികളായിരുന്നു ദേവകി വാര്യരും പി കെ ആർ വാര്യരും. •

കരുത്തും സൗമ്യതയും ആയുധമാക്കിയ വ്യക്തിത്വം

സ്വാതന്ത്ര്യ സമരസേനാനിയും സാമൂഹ്യപരിഷ്കർത്താവും നമ്പൂതിരി സമുദായത്തിലെ നവോത്ഥാന നായികയുമായ ആര്യാപള്ളത്തിന്റെ മകൾ ദേവകി, പ്രശസ്തയായ അമ്മയുടെ പാത പിൻതുടർന്ന് ദേശീയ സ്വാതന്ത്ര്യസമര പ്രക്ഷോഭങ്ങളിൽ അണിചേർന്നു കൊണ്ടാണ് പൊതു പ്രവർത്തനരംഗത്തേക്ക് കടന്നു വന്നത്. വിദ്യാർത്ഥിയായിരിക്കെ തന്നെ പന്ത്രണ്ടാം വയസ്സിൽ വാർധയിലെ സേവാഗ്രാം ആശ്രമത്തിലെ ഗാന്ധിജിയുടെ പ്രിയശിഷ്യയായി മാറി. നമ്പൂതിരി സമുദായത്തിൽ വേരുറച്ചിരുന്ന സാമൂഹ്യ തിന്മകൾക്കെതിരായ അമ്മയുടെ നിശ്ചയദാർഢ്യത്തോടെയുള്ള പോരാട്ടങ്ങളുടെ കരുത്തും വാർധ ആശ്രമത്തിൽനിന്നും പകർന്നുകിട്ടിയ അറിവുകളുടെ പിൻബലവും യാഥാസ്ഥിതിക ചിന്തകളോട് പൊരുതി മുന്നേറുവാൻ ദേവകിയെ പ്രാപ്തയാക്കി. ഗാന്ധിജിയുടെ അരുമശിഷ്യയായി മാറിയ ദേവകി മെട്രിക്കുലേഷൻ പാസ്സായി നാട്ടിലേക്ക് മടങ്ങിയതിന് ശേഷം ആയുർവേദ മെഡിക്കൽ ബിരുദം നേടുന്നതിനായി മദ്രാസ്സിലേക്ക് പോവുകയും അവിടെ സ്റ്റുഡൻസ് ഓർഗനൈസേഷനിലെ ഏക വനിതാ അംഗമായി സംഘടനയുടെ നേതൃനിരയിൽ എത്തുകയും ചെയ്തു. 1943–ൽ 23–ാം വയസ്സിൽ കമ്യൂണിസ്റ്റ് പാർട്ടിയിൽ അംഗമായി. മദ്രാസ്സിലെ വിദ്യാർത്ഥി സംഘടനാ രംഗത്തെ പ്രവർത്തനങ്ങൾക്കിടയിൽ ഡോ. പി കെ ആർ വാര്യരുമായി ഉണ്ടായ സൗഹൃദം വിവാഹത്തിൽ എത്തുകയും ദേവകി വാര്യർ എന്ന വിഖ്യാതവിളിപ്പേര് രൂപപ്പെടുകയും ചെയ്തു. ചർക്കയിൽ നൂറ്റ രണ്ട് നൂൽ പരസ്പരം ചാർത്തി നടന്ന വിവാഹത്തിലെ ലാളിത്യം ജീവിതത്തിലുടനീളം ദേവകി വാര്യർ കാത്തു സൂക്ഷിച്ചു. വിലയുള്ള വസ്ത്രങ്ങളോ ആഭരണങ്ങളോ ജീവിതത്തിന്റെ ഒരു ഘട്ടത്തിലും അവർ ഉപയോഗിച്ചിരുന്നില്ല.

1960 മുതൽ ദേവകി വാര്യർ തിരുവനന്തപുരത്തെ സ്ത്രീവിമോചന പോരാട്ടങ്ങളുടെ മുൻനിര നായികയായി മാറി. 1968–ൽ കേരള മഹിളാ ഫെഡറേഷൻ രൂപീകരിക്കുമ്പോൾ ഗൗരിയമ്മയ്ക്കും സുശീല ഗോപാലനുമൊപ്പം സംസ്ഥാന നേതൃനിരയിലെത്തി. മഹിളാ ഫെഡറേഷന്റെ തിരുവനന്തപുരം ജില്ലാ പ്രസിഡന്റും സംസ്ഥാന പ്രസിഡന്റായും പ്രവർത്തിച്ചു. 1970 ൽ തിരുവനന്തപുരം നഗരസഭയുടെ മെഡിക്കൽ കോളേജ് വാർഡിൽ കൗൺസിലറായി മത്സരിച്ച് അമ്പരിപ്പിക്കുന്ന വിജയം നേടിയ ദേവകി വാര്യർ നഗരത്തിലെ വനിതാ ജീവനക്കാരെ സംഘടിപ്പിക്കാൻ നേതൃത്വം നൽകുകയും വർക്കിംഗ് വിമൻസ് അസോസിയേഷൻ രൂപീകരിക്കുകയും ചെയ്തു. തൊഴിലെടുക്കുന്ന സ്ത്രീകളുടെയും സാധാരണക്കാരായ മറ്റു സ്ത്രീകളുടെയും പ്രശ്നങ്ങളും പ്രയാസങ്ങളും നിരന്തരം കൈകാര്യം ചെയ്യുന്നതിൽ നിതാന്ത ജാഗ്രത പുലർത്തിയ പൊതുപ്രവർത്തകയാണ് ദേവകി വാര്യർ. 1977 ൽ നടന്ന നിയമസഭാ തിരഞ്ഞെടുപ്പിൽ പട്ടാമ്പി നിയമസഭാ നിയോജക മണ്ഡലത്തിൽനിന്നും സി പി എം സ്ഥാനാർത്ഥിയായി മത്സരിച്ചെങ്കിലും 4000 ൽ പരം വോട്ടിന് പരാജയപ്പെടുകയാണുണ്ടായത്.

എ കെ ജിയുടെ നേതൃത്വത്തിൽ 1970–ൽ തിരുവനന്തപുരത്ത് നടന്ന മിച്ചഭൂമി സമര സംഘടന പ്രവർത്തനങ്ങളുടെ മുൻനിരയിൽ ദേവകി വാര്യർ ഉണ്ടായിരുന്നു. 1973 ൽ നടന്ന എൻ ജി ഒ അധ്യാപക സമരത്തിൽ ജയിലിലടയ്ക്കപ്പെട്ട ജീവനക്കാരുടെ വീടുകളിലേക്ക് ഉൽപ്പന്നപിരിവ് നടത്തി സഹായമെത്തിക്കാൻ തിരുവനന്തപുരം നഗരത്തിൽ മുന്നിൽ നിന്നു നേതൃത്വം നൽകിയതും ദേവകി വാര്യർ ആയിരുന്നു. ഡോ. പി കെ ആർ വാര്യർ തിരുവനന്തപുരം മെഡിക്കൽ കോളേജിൽനിന്നും വിരമിച്ച ശേഷം കർണ്ണാടകയിലെ മണിപ്പാൽ കസ്തൂർബാ മെഡിക്കൽ കോളേജിലേക്ക് ക്ഷണം സ്വീകരിച്ചു പോയപ്പോൾ തന്റെ രാഷ്ട്രീയ പ്രവർത്തനം അവിടെയും തുടർന്ന ദേവകി വാര്യർ കർണ്ണാടകത്തിലെ മഹിളാ ഫെഡറേഷന്റെ പ്രവർത്തനങ്ങൾക്ക് നേതൃത്വം നൽകുകയും ഒരു വർഷം പിന്നിട്ടപ്പോൾ സംസ്ഥാന പ്രസിഡന്റായി തെരഞ്ഞെടുക്കപ്പെടുകയും ചെയ്തു. പിന്നീട് ഡോ. വാര്യർ കണ്ണൂർ എ കെ ജി സഹകരണ ആശുപത്രിയിൽ സേവനത്തിനെത്തിയ കാലത്ത് ദേവകി വാര്യരുടെ പ്രവർത്തന മേഖലയും കണ്ണൂരിലേക്ക് മാറി. തുടർന്ന് തിരുവനന്തപുരത്തേക്ക് താമസം മാറുകയും വിശ്രമജീവിതം നയിക്കുകയുമാണ് ചെയ്തത്.

ബാലികാ വിവാഹവും ബഹുഭാര്യാത്വവുമൊക്കെ നരകതുല്യമാക്കിയ നമ്പൂതിരി സ്ത്രീകളുടെ ജീവിതത്തിൽ വിപ്ലവകരമായ പരിവർത്തനം നടത്തുവാൻ നേതൃത്വം നൽകിയ അമ്മയുടെ പാത പിന്തുടർന്നു സ്ത്രീവിമോചനത്തിനും ജനാധിപത്യത്തിനും സ്ത്രീ സമത്വത്തിനുമായുള്ള പോരാട്ടങ്ങളുടെ ദീപശിഖാവാഹകയായ മാതൃകാ പൊതുപ്രവർത്തകയാണ് ദേവകി വാര്യർ, സ്വാതന്ത്ര്യാനന്തര കാലഘട്ടത്തിലും

കേരളത്തിൽ നിലനിന്ന യാഥാസ്ഥിതിക ചിന്തകളോട് പോരടിച്ച് മുന്നേറുന്ന രാഷ്ട്രീയ പ്രവർത്തകരുടെ ഒരു തലമുറയെ വാർത്തെടുക്കുന്നതിൽ അവർ വഹിച്ച നേതൃപരമായ പങ്ക് അവിസ്മരണീയമാണ്. കേരളമാകെ അറിയപ്പെടുന്ന മഹിളാ സംഘടനാ പ്രവർത്തക മാത്രമായിരുന്നില്ല അവർ. കമ്യൂണിസ്റ്റ് പാർട്ടി രൂപീകരിച്ച നിരവധി വർഗ്ഗ–ബഹുജന സംഘടനകളിലും ഉത്തരവാദപ്പെട്ട സ്ഥാനങ്ങൾ അവർ വഹിക്കുകയുണ്ടായി. ജാതി–മത–വർഗ്ഗ വ്യത്യാസമില്ലാതെ സ്ത്രീകളെ ബാധിക്കുന്ന ഏതൊരു വിഷയവും ഏറ്റെടുത്തുകൊണ്ട് സമരമുഖങ്ങളിലെ സജീവസാന്നിദ്ധ്യമാകുവാൻ മഹിളാ അസോസിയേഷനെ പ്രാപ്തമാക്കിയതിൽ ദേവകി വാര്യരുടെ പോരാട്ടവീറും നിശ്ചയദാർഢ്യവും നിസ്തുലമാണ്. ആദർശനിഷ്ഠയുടെയും സേവനസന്നദ്ധതയുടെയും മനുഷ്യകാരുണ്യത്തിന്റെയും ഉജ്ജ്വലമാതൃകയായ ദേവകി വാര്യരുടെ ഓർമ്മകൾ നമ്മുടെ വരുംകാല പോരാട്ടങ്ങൾക്ക് കരുത്തുപകരുക തന്നെ ചെയ്യും.

എൻ കെ നന്ദിനി

ആമുഖം

ഓർക്കുമ്പോൾ ഒരു വിസ്മയമാണ് എനിക്ക് നന്ദിനിയേടത്തി. പാട്യം ഗോപാലൻ വിവാഹം ചെയ്തത് നന്ദിനിയേടത്തിയുടെ ഇളയ സഹോദ രിയെ ആണ്. പാട്യം മൃദുലയെ വിവാഹം ചെയ്യു ന്നതിന് മുൻപ് ചെറിയ പ്രായത്തിൽത്തന്നെ എസ് എൻ കോളേജിന് തൊട്ടു പുറകിലുള്ള വീട്ടിലാ യിരുന്നു അവർ താമസിച്ചിരുന്നത്. വളരെ ചെറിയ പ്രായത്തിൽത്തന്നെ അവർ രാഷ്ട്രീയ പ്രവർത്തന ത്തിലിറങ്ങി. സ്വാതന്ത്ര്യാനന്തരവും കമ്യൂണിസ്റ്റു കാർ വേട്ടയാടപ്പെട്ട ഒരു കാലമുണ്ടായിരുന്നു. ആ കാലത്ത് സധൈര്യം യശോദ ടീച്ചറുമൊന്നിച്ച്

പ്രവർത്തിച്ച നേതാവായിരുന്നു നന്ദിനിയേടത്തി. അവിവാഹിതയായ അവർ മഹിളാ പ്രസ്ഥാനത്തിന് വേണ്ടി ജീവിതം ഉഴിഞ്ഞുവെച്ചു. മലയോര മേഖല കളിൽ എവിടെയും നടന്നുചെന്ന് പ്രവർത്തിക്കാൻ ധൈര്യം കാണിച്ച സ്ത്രീകൾ അന്ന് വളരെ കുറവായിരുന്നു. അതിനൊരപവാദമായിരുന്നു നന്ദിനിയേടത്തി. സ്വന്തം മക്കളെയെന്നപോലെ മറ്റുള്ളവരുടെ മക്കളെ പഠിപ്പിക്കാനും വളർത്താനും അവർ കാട്ടിയ ഉത്സാഹം ഞാൻ അത്ഭുതത്തോ ടെയാണ് കണ്ടിരുന്നത്. വളരെ ലളിതമായ ജീവിത മാണ് അവർ നയിച്ചിരുന്നത്. എല്ലാ ആർഭാടങ്ങളും അവർ വേണ്ടെന്നുവെച്ചു. എവിടെ സ്ത്രീകൾ പീഡനമേറ്റുവാങ്ങുന്നുവോ അവിടെ അവർ ഓടിയെ ത്തുമായിരുന്നു.

ജീവകാരുണ്യ പ്രവർത്തനങ്ങളിൽ എന്നും അവർ ഉത്സാഹിയായിരുന്നു. മഹിളാ അസോസിയേഷന്റെ സംസ്ഥാന വൈസ് പ്രസിഡന്റായി അവർ പ്രവർ ത്തിച്ചു. അവരുടെ നിർദേശവും ഉപദേശവുമാണ് എനിക്കൊക്കെ ആദ്യകാലത്ത് തുണയായത്. പിൽ ക്കാലത്തും വീണ് എല്ലുപൊട്ടി യാത്ര ചെയ്യാൻ കഴി യാതിരുന്ന സന്ദർഭത്തിലും വീട്ടിൽ പോയി അവരുടെ മാർഗ്ഗനിർദേശങ്ങൾ ഞങ്ങൾ സ്വീകരിക്കുമായിരുന്നു. മനുഷ്യരുടെ പ്രശ്നങ്ങൾ ചോദിച്ചറിയാനും, ബുദ്ധി മുട്ടുകൾ മനസ്സിലാക്കി പ്രവർത്തിക്കാനും നന്ദിനി യേട്ടത്തിക്ക് നല്ല മിടുക്കുണ്ടായിരുന്നു. •

സൗമ്യയായ പോരാളി, സ്നേഹമയി

നിസ്വാർഥ സേവനം, സൗമ്യയായ പോരാളി, സ്നേഹമയിയായ സഹപ്രവർത്തക, ധീര വനിത. കേരളമാകെ മഹിളാ പ്രസ്ഥാനം കെട്ടിപ്പടുക്കാൻ അഹോരാത്രം പ്രയത്നിച്ച സ. എൻ കെ നന്ദിനിയേടത്തിയെ കുറിച്ച് പറയാൻ വാക്കുകൾ അനേകമാണ്. ആ സഖാവിന്റെ വാത്സല്യം നിറഞ്ഞ സംഘാടന ശേഷി അനുഭവിക്കാത്ത മഹിളാ നേതാക്കൾ അക്കാലത്ത് കുറവായിരുന്നു. ജന്മിത്വത്തിനും സാമ്രാജ്യത്വത്തിനുമെതിരായ പോരാട്ടത്തിലൂടെ കരുത്താർജിച്ച യൗവനം അടിയന്തരാവസ്ഥക്കാലത്ത് തീപ്പന്തമായി. സി പി ഐ (എം) പ്രവർത്തകരെ മർദിച്ചും ജയിലിലടച്ചും പീഡിപ്പിച്ച അടിയന്തരാവസ്ഥയുടെ കറുത്ത നാളുകളിൽ പിണറായിയിൽ പാർട്ടി ഓഫീസിന്റെ ചുമതല ഏറ്റെടുത്ത ധീരത. നിറതോക്കുകളുമായി പാർട്ടി ഓഫീസിലേക്ക് കയറാൻ ശ്രമിച്ച പോലീസിനെ നെഞ്ചും വിരിച്ച് നിന്ന് പ്രതിരോധിച്ച കരുത്തിന്റെ പെൺരൂപമാണ് നന്ദിനിയേടത്തി.

കണ്ണൂർ താഴെ ചൊവ്വയിൽ മെച്ചപ്പെട്ട സാമ്പത്തിക സ്ഥിതിയുള്ള യാഥാസ്ഥിതിക കുടുംബത്തിൽ ജനിച്ചു. സ്വാതന്ത്ര്യ സമരത്തോട് ആഭിമുഖ്യമുണ്ടായിരുന്ന ഇളയച്ഛൻ സി കെ ഉണ്ണിയിൽനിന്നും പകർന്നുകിട്ടിയ ദേശീയ ബോധവുമായാണ് പൊതുരംഗത്തേക്ക് ചുവടുവച്ചത്. അച്ഛൻ സി കെ കുഞ്ഞമ്പുവിന്റെ വൈദ്യശാലയിലെ സന്ദർശകനായിരുന്നു. അന്ന് പെരളശ്ശേരി സ്കൂളിൽ അധ്യാപകനായിരുന്ന എ കെ ജി. എ കെ ജിയുടെ ജീവിതത്തെക്കുറിച്ചുള്ള കേട്ടറിവും പി യശോദ ടീച്ചർ, മൊയാരത്ത് ശങ്കരന്റെ ഭാര്യ ചിന്നമ്മു, സുശീല ഗോപാലൻ എന്നിവരുമായുള്ള ബന്ധവും കൂടിയായതോടെ പൊതുപ്രവർത്തനത്തിൽ അലിഞ്ഞുചേർന്നു.

എൻ കെ നന്ദിനി, കല്യാണി ടീച്ചർ, ശ്രീമതി ടീച്ചർ എന്നിവർ

കണ്ണൂർ ജില്ലയിൽ കമ്യൂണിസ്റ്റ് പാർട്ടിയും മഹിളാ പ്രസ്ഥാനവും കെട്ടിപ്പടുക്കുന്നതിൽ പ്രമുഖ പങ്കുവഹിച്ച നന്ദിനി ദീർഘകാലം മഹിളാ അസോസിയേഷൻ സംസ്ഥാന വൈസ് പ്രസിഡന്റായും പ്രവർത്തിച്ചിട്ടുണ്ട്. കർഷകത്തൊഴിലാളി യൂണിയന്റെ സജീവ പ്രവർത്തകയായിരുന്നു. പഞ്ചായത്തംഗം, ജില്ലാ കൗൺസിൽ അംഗം എന്നീ നിലകളിലും പ്രവർത്തിച്ചു.

എ കെ ജിയുടെ നേതൃത്വത്തിൽ കൊട്ടിയൂരിൽ ഭൂമിപിടിച്ചെടുക്കൽ സമരം നടക്കുമ്പോൾ താഴെ ചൊവ്വയിൽനിന്ന് പുറപ്പെട്ട ജാഥയിൽ പങ്കെടുത്തു. കളക്ടറേറ്റിന് മുന്നിൽ സ്ത്രീകൾ മാത്രം പങ്കെടുത്ത് നടത്തിയ പിക്കറ്റിങ്ങിനെ പൊലീസ് നേരിട്ടു. രണ്ടാഴ്ച കണ്ണൂർ സെൻട്രൽ ജയിലിലടച്ചു. കേരള മഹിളാ ഫെഡറേഷൻ രൂപംകൊണ്ടശേഷം കൊല്ലത്ത് നടന്ന സമ്മേളനത്തിൽ ഗൗരിയമ്മ പ്രസിഡന്റും സുശീല സെക്രട്ടറിയുമായപ്പോൾ സംസ്ഥാനത്ത് സംഘടനയുണ്ടാക്കാൻ സജീവമായിറങ്ങി.

1957നുശേഷം വയനാട്ടിലായിരുന്നു നന്ദിനിക്ക് സംഘടനാ ചുമതല. ചുരം കയറി വയനാട്ടിൽ ചെന്നു സംഘടനാ പ്രവർത്തനം നടത്തി മടങ്ങുമ്പോൾ ഇരുട്ടുമായിരുന്നു. അനുജത്തി താമസിച്ചിരുന്ന ഹോസ്റ്റലും കോഴിക്കോട്ടുള്ള ദേശാഭിമാനി ബുക്ക്സ്റ്റാളുമായിരുന്നു പലപ്പോഴും അഭയകേന്ദ്രം. 2010 മാർച്ച് അഞ്ചിന് നമ്മെ വിട്ടുപിരിഞ്ഞു.

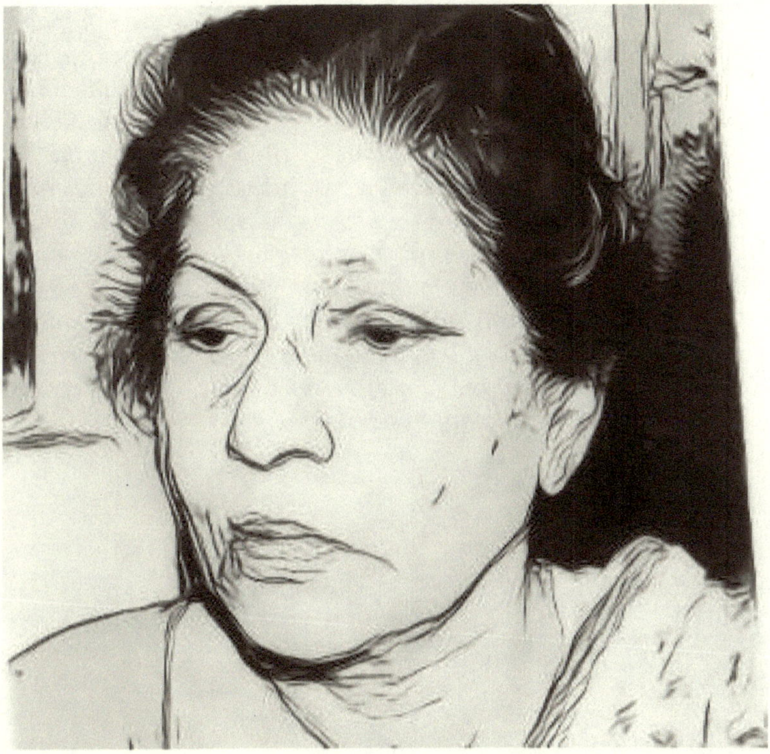

പി ദേവൂട്ടി

ആമുഖം

കണ്ണൂർ ജില്ല മഹിളാ പ്രസ്ഥാനത്തിന് നൽകിയിട്ടുള്ള വലിയ സംഭാവനയാണ് ദേവൂട്ടി. കേരള മഹിളാ ഫെഡറേഷന്റെയും പിന്നീട് മഹിളാ അസോസിയേഷന്റെയും അമരക്കാരിയായിരുന്നു ദേവൂട്ടി. ചെറിയൊരു ഗ്രാമത്തിൽ ജനിച്ച് വളർന്ന അവർ പിന്നീട് മഹിളാ ഫെഡറേഷന്റെ പ്രവർത്തകയും ജില്ലാ സെക്രട്ടറിയുമായി. അതിനു ശേഷം മഹിളാ അസോസിയേഷന്റെ സ്റ്റേറ്റ് സെക്രട്ടറി വരെയായി പ്രവർത്തിച്ചു. സാധാരണക്കാരിൽനിന്ന് ഉയർന്നുവന്ന വലിയ നേതാവാണ് ദേവൂട്ടി. കണ്ണൂർ ജില്ലയിലെ ആദ്യ വനിതാ എം എൽ എ ആയി

രുന്നു അവർ. ഗൗരിയമ്മയ്ക്കൊപ്പം ചേർന്ന് പ്രവർത്തിക്കാനും ഗൗരിയമ്മ മന്ത്രിയായിരുന്നപ്പോൾ എം എൽ എ ആയിരിക്കാനും ദേവൂട്ടിക്കു സാധിച്ചു. നാടിന്റെ നാനാഭാഗങ്ങളിലും ഏതു വിഷമകരമായ സാഹചര്യങ്ങളിലും മഹിളാ പ്രവർത്തനവുമായി ദേവൂട്ടി സഞ്ചരിച്ചു. സരസമായ ഭാഷയിൽ സംസാരിക്കാനുള്ള ദേവൂട്ടിയുടെ കഴിവ് ഒന്ന് വേറെതന്നെയായിരുന്നു. കേരള മഹിളാ ഫെഡറേഷന്റെ ആദ്യത്തെ സംസ്ഥാന സെക്രട്ടറിയായിരുന്നു ദേവൂട്ടി. പിന്നീട് മഹിളാ അസോസിയേഷന്റെ സംസ്ഥാന സെക്രട്ടറി ആയി. വളരെ ത്യാഗപൂർണമായ പ്രവർത്തനങ്ങൾക്ക് നേതൃത്വംകൊടുത്ത പ്രിയപ്പെട്ട നേതാവായിരുന്നു സഖാവ് ദേവൂട്ടി. •

പ്രക്ഷോഭ തീച്ചൂളകളിൽ പതറാതെ

സംഭവബഹുലമായിരുന്നു കണ്ണൂർ ജില്ലയിൽ മഹിളാ പ്രസ്ഥാനവും തൊഴിലാളി വർഗ്ഗ പ്രസ്ഥാനവും കെട്ടിപ്പടുക്കാൻ മുൻ നിരയിൽ പ്രവർത്തിച്ച സ. പി ദേവൂട്ടിയുടെ ജീവിതം. സ്ത്രീകൾ പൊതു രംഗത്തേക്ക് കടന്നുവരാൻ അറച്ചുനിന്ന കാലത്താണ് സകല സാമൂഹ്യ വിലക്കുകളും അതിജീവിച്ച് തൊഴിലാളി വർഗ്ഗ പ്രസ്ഥാനത്തിന്റെ ഭാഗമാകുന്നത്. തുടർന്ന് സി പി ഐ (എം) സംസ്ഥാന കമ്മിറ്റി അംഗം, ജനാധിപത്യ മഹിളാ അസോസിയേഷൻ സംസ്ഥാന പ്രസിഡന്റ്, സെക്രട്ടറി എന്നീ നിലകളിലേക്കുയർന്നു.

1980 ലും 1982 ലും അഴീക്കോട് മണ്ഡലത്തിൽനിന്നും കേരള നിയമസഭയിലേക്ക് തിരഞ്ഞെടുക്കപ്പെട്ടതോടെ മികച്ച നിയമസഭാ സാമാജികയായും കഴിവ് തെളിയിച്ചു. 16 വർഷം കണ്ണപുരം പഞ്ചായത്ത് മെമ്പറായിരുന്നു. കമ്യൂണിസ്റ്റ് പാർട്ടിയുടെ കണ്ണപുരത്തെ പ്രമുഖ പ്രവർത്തകനും വളണ്ടിയർ ക്യാപ്റ്റനുമായിരുന്ന ഭർത്താവ് കൃഷ്ണൻ പട്ടാളത്തിലായിരുന്നു. ഭർത്താവിനോടൊപ്പം മുംബൈയിൽ കഴിഞ്ഞ കാലത്താണ് രാഷ്ട്രീയ ലഘുലേഖകളുമായും കമ്യൂണിസ്റ്റ് സാഹിത്യവുമായും ദേവൂട്ടി പരിചയപ്പെടുന്നത്.

1958 ൽ കമ്യൂണിസ്റ്റ് പാർട്ടിയിൽ അംഗമായ ദേവൂട്ടി നിരവധി പ്രക്ഷോഭ സമരങ്ങളിൽ പങ്കെടുത്തു. 1963 ൽ വിലക്കയറ്റത്തിനെതിരെ പ്രക്ഷോഭത്തിൽ പങ്കെടുത്ത് കടുത്ത മർദ്ദനമേൽക്കേണ്ടി വന്നു. 1970 ലെ മിച്ചഭൂമി സമരത്തിന്റെ ജില്ലയിലെ മുന്നണിപോരാളികളിൽ ഒരാളായിരുന്നു.

അടിയന്തരാവസ്ഥയുടെ നാളുകളിൽ നടത്തിയ പ്രവർത്തനങ്ങൾ അവിസ്മരണീയമാണ്.

പി ശ്രീമതി

ആമുഖം

നന്ദിനിയേടത്തിയുടെയും ദേവൂട്ടിയുടെയും സമകാലികയായിട്ടാണ് പി ശ്രീമതി കടന്നുവരുന്നത്. മഹിളാ സമാജവുമായി ബന്ധപ്പെട്ട പ്രവർത്തനങ്ങളിൽ തുടങ്ങി പിന്നീട് കേരള മഹിളാ ഫെഡറേഷൻ അതിനുശേഷം മഹിളാ അസോസിയേഷൻ എന്നിവയിലൂടെ ശ്രീമതി നേതൃത്വപരമായ പ്രവർത്തനങ്ങൾ നടത്തി. പഞ്ചായത്ത് പ്രസിഡന്റായിരുന്ന കാലത്ത് നല്ലൊരു ഭരണാധികാരിയാണ് താനെന്ന് ശ്രീമതി തെളിയിച്ചു. പെട്ടെന്നാണ് ശ്രീമതിയുടെ വേർപാട് സംഭവിക്കുന്നത്. എല്ലാ കാര്യങ്ങളിലും തികഞ്ഞ പുരോഗമന

വാദിയായിരുന്നു ശ്രീമതി. കണ്ണൂർ ജില്ല യിലെ മഹിളാ പ്രസ്ഥാനത്തെ മുന്നോട്ടു കൊണ്ടുപോകുന്നതിൽ ശ്രീമതി വഹിച്ച പങ്ക് നിസ്തുലമാണ്. •

ഗ്രാമീണ സ്ത്രീകളുടെ വഴികാട്ടി

അടുക്കളയിൽ എരിഞ്ഞു തീരുകയായിരുന്ന പെൺ ജീവിതങ്ങൾക്ക് മുന്നിൽ സ്വാതന്ത്ര്യത്തിന്റെ ആകാശമെന്ന വലിയ സ്വപ്നം കാണിച്ചുകൊടുത്ത വനിതാവിമോചന പ്രവർത്തകയും മഹിളാ നേതാവുമായിരുന്നു പി ശ്രീമതി. ഗ്രാമങ്ങളിൽ സ്ത്രീകളെ ശാക്തീകരിച്ചും സ്വയം പര്യാപ്തമായ ജീവിതത്തിലേക്ക് നയിച്ചും വലിയ അവകാശ പോരാട്ടങ്ങൾക്ക് അവർ നേതൃത്വം നൽകി. പുരോഗമനാശയങ്ങൾ ഉയർത്തിപ്പിടിച്ചും വ്യവസ്ഥകൾ ലംഘിച്ചും അടിമുടി വിപ്ലവകരമായ ഈ പെൺജീവിതം പുതുതലമുറകൾക്ക് വഴികാട്ടുകയായിരുന്നു.

കോഴിക്കോടു നിന്ന് മരുമകളായി കണ്ണൂരിലെത്തിയ ശ്രീമതിയുടെ ജീവിതം ഒരു നാടിന്റെയും ചരിത്രമാണ്. കോഴിക്കോട്ടെ വീടിനടുത്തെ സിദ്ധാശ്രമത്തിലെ വിജ്ഞാന പരിപാടികളാണ് വിദ്യാർഥിനിയായ ശ്രീമതിക്ക് അറിവ് നേടുമ്പോൾ വിശാലമാവുന്ന ലോകത്തെ പരിചയപ്പെടുത്തിയത്. എസ് എസ് എൽ സി കഴിഞ്ഞ അവധിക്കാലത്തായിരുന്നു കണ്ണപുരം സ്വദേശിയും പുരോഗമന വാദിയുമായ ശങ്കർജിയുമായുള്ള വിവാഹം. ആശ്രമത്തിലെ ശിവാനന്ദ പരമഹംസന്റെ കാർമികത്വത്തിൽ തമിഴ്നാട്ടിലെ തിരുച്ചിറപ്പള്ളിയിൽ നടന്ന സമൂഹ വിവാഹത്തിൽ ഒരു തരി സ്വർണ്ണംപോലും ധരിച്ചിരുന്നില്ല.

നാട്ടാചാരപ്രകാരമല്ലാത്ത കല്യാണമായതിനാൽ കണ്ണപുരത്ത് ശങ്കർജിക്കും ശ്രീമതിക്കും ഒട്ടേറെ അവഗണനകൾ നേരിടേണ്ടി വന്നു. തറകെട്ടി ഓലമേഞ്ഞ് വീടൊരുക്കിയെങ്കിലും തറവാട്ടു കിണറ്റിൽനിന്ന് വെള്ളമെടുക്കുന്നത് വിലക്കി. കമ്യൂണിസ്റ്റും യുക്തിവാദിയുമായ ശങ്കർജിയുടെ ആ ഒറ്റമുറി വീട് പിന്നീട് നിർണായക രാഷ്ട്രീയ യോഗങ്ങളുടെ കേന്ദ്രമായി മാറി. ആ വീട്ടിൽ ഇ കെ നായനാരും കെ പി ആർ

ഗോപാലനുമടക്കമുള്ള നേതാക്കൾ ഒളിവിൽ കഴിഞ്ഞു.

ശ്രീമതിയെ പരിചയപ്പെടാൻ ദേവൂട്ടിയെന്ന പെൺകുട്ടി വന്ന ദിവസമാണ് ഇരുവരുടെയും ജീവിതം മാറ്റി മറിച്ചത്. ഒരുമിച്ച് ഒരുപാട് കാര്യങ്ങൾ ചെയ്യാനുണ്ടെന്ന് തിരിച്ചറിഞ്ഞ രണ്ട് സ്ത്രീകളുടെ പൊതുപ്രവർത്തനം അന്ന് തുടങ്ങി. സ്ത്രീകളെ തുന്നൽ പഠിപ്പിക്കാൻ ആദ്യം ദേവൂട്ടിയും ശ്രീമതിയും തുന്നൽ പഠിച്ചു. ഗർഭിണികൾക്കും കുഞ്ഞുങ്ങൾക്കുമുള്ള പോഷകാഹാരം വിതരണം ചെയ്യുന്ന സർക്കാർ പദ്ധതിയിൽ ഗ്രാമസേവികമാരായി. പോഷകാഹാര വിതരണത്തിനുള്ള ഏജൻസിയെന്ന നിലയിയാണ് ഇരുവരും ചേർന്ന് മഹിളാസമാജം രജിസ്റ്റർ ചെയ്തത്. സ്ത്രീകൾക്ക് വീടിന്റെ വാതിൽക്കൽ പോലും വന്നു നിൽക്കാൻ അവകാശമില്ലാതിരുന്ന കാലത്ത് സ്ത്രീകളെ സംഘടിപ്പിക്കാനായി ഇരുവരും വീടുകൾ കയറിയിറങ്ങി.

കമ്യൂണിസ്റ്റ് പാർട്ടി പ്രവർത്തകരെ കണ്ടാൽ പൊലീസ് അറസ്റ്റ് ചെയ്തിരുന്ന കാലത്താണ് രണ്ട് സ്ത്രീകൾ കമ്യൂണിസ്റ്റ് സ്ത്രീ വിമോചന ആശയങ്ങളുമായി ഇറങ്ങിപ്പുറപ്പെട്ടത്. അടിയന്തരാവസ്ഥ ക്കാലത്ത് സ്വന്തം മക്കളെപ്പോലും വിട്ട് ഒളിച്ചു താമസിക്കേണ്ടി വന്നു.

പുരോഗമന പ്രസ്ഥാനത്തിന്റെ മുൻ നിരയിൽനിന്ന് നയിച്ച ശ്രീമതിയും ദേവൂട്ടിയും കേരളം അറിയപ്പെടുന്ന നേതാക്കളായി. ദേവൂട്ടി രണ്ട് തവണ അഴീക്കോടു നിന്ന് നിയമസഭാംഗവും മഹിളാ അസോസിയേഷൻ സംസ്ഥാന സെക്രട്ടറിയുമായി. ശ്രീമതി മൂന്ന് തവണ കണ്ണപുരം പഞ്ചായത്ത് അംഗമായി. 1995 മുതൽ 2000 വരെ കണ്ണപുരം പഞ്ചായത്തിന്റെ ജനകീയയായ പ്രസിഡന്റായി. സി പി ഐ (എം) മാടായി ഏരിയാ കമ്മിറ്റിയംഗവും മഹിളാ അസോസിയേഷൻ സംസ്ഥാന നേതാവുമായി.

ജാതിയും അന്ധവിശ്വാസങ്ങളും ജീവിതംകൊണ്ട് എതിർത്തു തോൽപിക്കേണ്ടതാണെന്ന് ശ്രീമതി ഉറച്ചു വിശ്വസിച്ചു. നാട്ടിലിറങ്ങി പ്രവർത്തിക്കുന്ന സ്ത്രീകളെ വഴിപിഴച്ചവളായി ചിത്രീകരിക്കുന്ന കാലത്തും ചെങ്കൊടി കൈയിൽ മുറുകെ പിടിച്ച് അവർ തളരാതെ പോരാടി. 2019 ഒക്ടോബർ 28 ന് ശ്രീമതി വിടപറഞ്ഞു.

വി കെ ആനന്ദം

ആമുഖം

ഏറ്റവുമധികം സ്ത്രീകൾ ഒരുമിച്ച് പണിയെടുക്കുന്നൊരു മേഖലയാണ് കശുവണ്ടി മേഖല. ഈ മേഖലയിലെ സജീവ പ്രവർത്തകയും പിന്നീട് മഹിളാ അസോസിയേഷന്റെ നേതൃസ്ഥാനത്തേക്ക് അവർ ഉയർന്നു. കൊൽക്കത്തെയിലെ ഒരു സമ്മേളനത്തിൽ ഞങ്ങൾ ഏതാനും പേർ ഒരുമിച്ച് പങ്കെടുത്തു. അവരുടെ നേതൃപാടവം അന്നാണ് ഞാൻ കൃത്യമായി മനസ്സിലാക്കുന്നത്. അടിയന്തരാവസ്ഥക്കാലത്തെ ജനാധിപത്യ ധ്വംസനത്തിനെതിരെ ശക്തായി നിലകൊണ്ടതിനു ഏറെ പീഢനങ്ങൾ അവർക്കേൽക്കേണ്ടി വന്നു. വാക് ശര

ങ്ങൾകൊണ്ട് എതിരാളികളെ മുട്ടുകുത്തിക്കുന്ന വാക്ചാതുര്യം അവർക്കുണ്ടായിരുന്നു. നിർഭയത്വമായിരുന്നു അവരുടെ മുഖമുദ്ര. കൊല്ലം ജില്ലയിലെ സി പി ഐ (എം) ജില്ലാ കമ്മിറ്റിയിൽ എത്തുന്ന ആദ്യത്തെ വനിതയായിരുന്നു അവർ. അവസാന ശ്വാസംവരെ സംഘടനയ്ക്കൊപ്പം ത്യാഗപൂർണമായ നിലപാടുകളുമായി അവർ നിലകൊണ്ടു. •

ഇനിയും നിലയ്ക്കാത്ത മുഴക്കം

അരനൂറ്റാണ്ട് മുമ്പ് നീണ്ടകര നീലേശ്വരം തോപ്പിൽ തെങ്ങോലകൾക്കു മീതെ വീശിയടിച്ച ഇങ്കുലാബ് വിളികൾക്ക് ജന്മിത്വത്തിന്റെ എത്ര വലിയ സുരക്ഷാകവചത്തെയും തുളച്ചുകയറുന്ന മുഴക്കമായിരുന്നു. മിന്നൽ പരമേശ്വരൻപിള്ളയും കാട്ടാക്കട ബാലകൃഷ്ണപിള്ളയും ഉൾപ്പെടെ ജനങ്ങൾക്കിടയിൽ ഭീതി വിതച്ച പൊലീസ് സബ് ഇൻസ്പെക്ടർമാർ പോലും മനോധൈര്യത്തിന്റെ ഈ പെൺകരുത്തിൽ അമ്പരന്നു നിന്നു. കരുനാഗപ്പള്ളി ആലപ്പാട്ട് വലിയവീട്ടിൽ കാർത്യായനി ആനന്ദമെന്ന വി കെ ആനന്ദം അവകാശ സമരങ്ങൾക്കുവേണ്ടി പോരാടുന്ന തലമുറകൾക്ക് എന്നും ആവേശവും പ്രചോദനവുമാകുന്ന മേൽവിലാസമാണ്.

കേരളത്തിലെ കുടികിടപ്പുകാരെയും പാതിവാരക്കാരെയും പാട്ടക്കാരെയും ആവേശഭരിതമാക്കിയ ഒന്നായിരുന്നു 1970 ജനുവരി ഒന്നിനുണ്ടായ ആലപ്പുഴ പ്രഖ്യാപനം അഥവാ മിച്ചഭൂമി പിടിച്ചെടുക്കൽ സമരം. തിരുവനന്തപുരത്ത് മുടവൻമുകളിൽ സ. എ കെ ജിയുടെ നേതൃത്വത്തിലായിരുന്നു സമരം. ഇതിന്റെ ആവേശം ഉൾക്കൊണ്ട് എല്ലാ ജില്ലയിലും ഭൂമി പിടിച്ചെടുക്കൽ സമരം അരങ്ങേറി. കൊല്ലം ജില്ലയിലെ നീണ്ടകരയിലുള്ള 40 ഏക്കർ വരുന്ന നീലേശ്വരം തെങ്ങിൻതോപ്പ് മങ്കൊമ്പിൽ സ്വാമി എന്ന ജന്മിയുടെ കൈവശമായിരുന്നു. കായിലിനു നടുവിലെ ഈ പച്ചത്തുരുത്ത് കൈയ്യേറാൻ സി പി ഐ (എം) തീരുമാനിച്ചു. കരുനാഗപ്പള്ളി താലൂക്ക് കമ്മിറ്റി നേതൃത്വത്തിൽ 1970 ജൂലൈ ആദ്യവാരം തോപ്പിലേക്ക് സമര സഖാക്കൾ ഇരച്ചുകയറി. വി കെ ആനന്ദത്തിന്റെ നേതൃത്വത്തിലുള്ള 12 വനിതകൾ സംഘത്തിലുണ്ടായിരുന്നു. കാഥിക സമ്രാട്ട് വി സാംബശിവനും സമരത്തിൽ മുൻനിരക്കാരനായി.

"നീലേശ്വരം തോപ്പിൽ നിൽക്കുന്ന തെങ്ങുകൾ
ഞങ്ങളെക്കണ്ടാൽ തലകുനിക്കും..."

സാംബശിവൻ ചൊല്ലിക്കൊടുത്ത ഈ ഗാനശകലം സമരഭടന്മാരിൽ ഏറെ ആവേശം പകർന്നു. ആനന്ദം ഉൾപ്പെട്ട വനിതാസംഘം തോപ്പ് വളഞ്ഞുകെട്ടി അടുപ്പുകൂട്ടി സമരം ആരംഭിച്ചു. ഉശിരൻ മുദ്രാവാക്യങ്ങളുമായി ഒത്തുകൂടിയ സമരക്കാരെ പിന്തിരിപ്പിക്കാനുള്ള അധികാരികളുടെ ശ്രമം വിഫലമായി. സമരക്കാർ തെങ്ങിൽകയറി തേങ്ങയിട്ടു. ആദ്യഘട്ടം പകച്ചുപോയ മിന്നൽ പരമേശ്വരൻപിള്ളയും കാട്ടാക്കട ബാലകൃഷ്ണപിള്ളയും ഉൾപ്പെടെ സ്വാമിയുടെ ശിങ്കിടികളായ പൊലീസ് കടുത്ത മർദ്ദനമുറകൾ അഴിച്ചുവിട്ടു. ശക്തമായ പ്രതിരോധം തീർത്ത് സമരക്കാരും മുന്നേറി. തേങ്ങയും കല്ലും ആയുധമാക്കിയായിരുന്നു ഇവരുടെ ചെറുത്തുനിൽപ്പ്. കൊല്ലത്തുനിന്ന് ഉൾപ്പെടെ വൻ പൊലീസ് സംഘം എത്തി ആനന്ദം ഉൾപ്പെടെയുള്ള സ്ത്രീകളെ അറസ്റ്റ് ചെയ്ത് നീക്കി. തുടർന്ന് 60 ദിവസം നീണ്ട ജയിൽവാസം.

കൊല്ലത്ത് ജയിലിൽ റിമാൻഡിലായിരുന്നപ്പോൾ സ്ത്രീത്തടവുകാരുടെ ചുമതല വി കെ ആനന്ദത്തിനായിരുന്നു. ആർത്തവ സമയത്ത് സ്ത്രീകൾ ജയിലിൽ അനുഭവിക്കേണ്ടിവന്ന യാതനകൾ ജയിലിനുള്ളിലും വി കെ ആനന്ദത്തെ സമര നായികയാക്കിമാറ്റി. ആർത്തവ കാലത്ത് പ്രത്യേക സൗകര്യങ്ങൾ സ്ത്രീകൾക്ക് ഏർപ്പെടുത്തണമെന്ന് ആവശ്യപ്പെട്ട് ജയിലിൽ നിരാഹാരം അനുഷ്ഠിച്ചു. ആനന്ദത്തിന്റെ നിശ്ചയദാർഢ്യത്തിനു മുന്നിൽ അധികാരിവർഗത്തിന് മുട്ടുമടക്കേണ്ടി വന്നു. ജയിൽമോചിതരാകും വരെ ആവശ്യമുള്ളവർക്ക് പ്രത്യേക പരിചരണം ലഭ്യമാക്കുന്നതിൽ വിജയം വരിച്ചു.

അടിച്ചമർത്തപ്പെട്ടവർക്കുവേണ്ടിയുള്ള അവകാശപോരാട്ടങ്ങളിൽ നെഞ്ചുറപ്പോടെ നിലകൊണ്ട വ്യക്തിത്വമായിരുന്നു വി കെ ആനന്ദം. തീക്ഷ്ണാനുഭവങ്ങളുടെ തീച്ചൂളയിൽ ഉരുകിത്തെളിഞ്ഞ നേതൃപാടവം. സമരമുഖങ്ങളിൽ സ്ത്രീകളുടെ സാന്നിധ്യം പരിമിതമായിരുന്ന കാലത്ത് ഉറച്ച മനസ്സോടെ മുൻനിരക്കാരിയായി. പോർമുഖങ്ങളിൽ ചങ്കായി എപ്പോഴും നാവിലെത്തിയ പേരായിരുന്നു കെ ആർ ഗൗരിയമ്മയെന്ന് ചെറുമകൻ ഷിബി ഓർക്കുന്നു.

അടിയന്തരാവസ്ഥയെത്തുടർന്ന് കമ്യൂണിസ്റ്റ് പാർട്ടിയുടെ പ്രവർത്തനം നിരോധിച്ച കാലഘട്ടം. പത്രങ്ങൾ അച്ചടിക്കുന്നതിന് വിലക്ക് ഏർപ്പെടുത്തിയ നാളുകൾ. പ്രധാന പ്രവർത്തകർക്ക് പാർട്ടി നിർദേശങ്ങൾ അച്ചടിച്ചു നൽകിയിരുന്നത് കല്ലച്ചിലാണ്. കമ്യൂണിസ്റ്റായ വി കെ ആനന്ദത്തിന്റെ വീട്ടിൽ പാർട്ടി ലഘുലേഖകളുടെ ശേഖരണവും വിതരണവും നടക്കുന്നുണ്ടെന്ന രഹസ്യ വിവരം പൊലീസിനു ലഭിച്ചു. വീട് പരിശോധനയ്ക്കായി ഒരു ദിവസം രാത്രി പൊലീസ് എത്തി. ഒന്നുരണ്ട് കുറിപ്പുകൾ ലഭിച്ചതിന്റെ അടിസ്ഥാനത്തിൽ ആനന്ദത്തെ അറസ്റ്റ് ചെയ്യാൻ പൊലീസ് മുന്നോട്ടു വന്നു. വനിതാപൊലീസ് എത്തിയി

ല്ലെങ്കിൽ അറസ്റ്റിന് വഴങ്ങില്ലെന്ന് വി കെ ആനന്ദം ഉറച്ച നിലപാടെടുത്തു. ഒടുവിൽ തിരുവനന്തപുരത്തു നിന്ന് വനിതാ പൊലീസ് സംഘം എത്തിയശേഷമാണ് അറസ്റ്റ് നടന്നത്. കൂട്ടത്തിൽ ഭർത്താവിനെയും സഹോദരനെയും പൊലീസ് സ്റ്റേഷനിൽ എത്തിച്ചെങ്കിലും കെ ആർ ഗൗരിയമ്മ ശക്തമായി ഇടപെട്ടതോടെ പിറ്റേദിവസം വിട്ടയച്ചു. വീട്ടിൽ നിന്ന് ലഘുലേഖ കണ്ടെത്തിയതിന്റെ പേരിലാണ് അറസ്റ്റ് എങ്കിൽ എന്റെ കൈവശം അതിൽ കൂടുതലുണ്ട്. ധൈര്യമുണ്ടെങ്കിൽ എന്നെ അറസ്റ്റ് ചെയ്യൂ എന്നായിരുന്നു പൊലീസിനോട് ഗൗരിയമ്മ പ്രതികരിച്ചത്.

കരുനാഗപ്പള്ളി ആലപ്പാട്ടെ തീരദേശ ഗ്രാമമായ ശ്രായിക്കാട്ട് വലിയവീട്ടിൽ ശങ്കു അരയന്റെയും കാർത്യായനിയുടെയും നാലു മക്കളിൽ മൂന്നാമത്തെ മകളായി 1937 ഏപ്രിൽ 23 നാണ് വി കെ ആനന്ദം ജനിച്ചത്. ചെറിയഴീക്കൽ, കരുനാഗപ്പള്ളി സ്കൂളുകളിലായിരുന്നു പ്രാഥമിക വിദ്യാഭ്യാസം. തുടർന്ന് ബുക്ക് ബയന്റിങ്, അഗ്രികൾച്ചറൽ കോഴ്സുകൾ പഠിച്ചു. അച്ഛൻ വളരെ ചെറുപ്പത്തിൽത്തന്നെ മരിച്ചതിനാൽ ദാരിദ്ര്യം നിറഞ്ഞതായിരുന്നു പഠനകാലം. ട്യൂഷൻ എടുത്താണ് വിദ്യാഭ്യാസച്ചെലവും വീട്ടുചെലവും നടന്നത്. കമ്യൂണിസ്റ്റ് പാർട്ടിയിലും ആശയഗതികളിലും ചെറുപ്പത്തിൽത്തന്നെ ആകൃഷ്ടയായി. സ്ത്രീകൾ പൊതുവിൽ അധികം സഞ്ചരിക്കാൻപോലും മടിക്കുന്ന കാലത്ത് കരുത്തോടെ സംഘടനാ പ്രവർത്തനം ആരംഭിച്ചു. വലതുപക്ഷ ആശയത്തിന് നല്ല സ്വാധീനമുള്ള മേഖലയായിരുന്നു ആലപ്പാട്. അന്ധവിശ്വാസം ഏറെ നിലനിന്ന തീരദേശ സമൂഹത്തിൽ കമ്യൂണിസ്റ്റ് ആശയങ്ങൾ പ്രചരിപ്പിക്കുന്നതിനും സ്ത്രീകളെയും തൊഴിലാളികളെയും സജീവമായി പ്രവർത്തനരംഗത്ത് കൊണ്ടുവരുന്നതിനും അവരിൽ ഒരാളായി നിൽക്കുന്നതിനും വി കെ ആനന്ദത്തിനു കഴിഞ്ഞു. 1960–ൽ പാർട്ടി അംഗമായ നളേന്ദ്രനെ വിവാഹം കഴിച്ചു.

കൽക്കട്ടയിൽ വെച്ചു നടന്ന സമ്മേളനത്തിൽ കല്യാണിടീച്ചറും വി കെ ആനന്ദവും മറ്റ് വനിതാ സഖാക്കൾക്കൊപ്പം

കേരള മഹിളാ ഫെഡറേഷൻ കരുനാഗപ്പള്ളി താലൂക്ക് സെക്രട്ടറിയായി പ്രവർത്തിക്കവെ വനിതകളെ സംഘടിപ്പിക്കുന്നതിൽ സജീവമായി ഇടപെട്ടു. ജില്ലയിലാകെ മഹിളാ പ്രസ്ഥാനത്തിന്റെ സ്വാധീനം വർധിപ്പിക്കുന്നതിൽ പ്രധാന പങ്കുവഹിച്ചു. 1970 ൽ കുലശേഖരപുരം പഞ്ചായത്തിലെ വള്ളിക്കാവിൽ താമസം ആരംഭിച്ചു.

നീലേശ്വരം തോപ്പിലെ മിച്ചഭൂമി സമരത്തിനു ശേഷം നടന്ന കയർ സമരവുമായി ബന്ധപ്പെട്ട് 17 ദിവസം ജയിൽവാസം അനുഭവിച്ചു. സി പി ഐ (എം) രൂപീകരിച്ചപ്പോൾ അതിൽ അംഗമായി. അഖിലേന്ത്യ ജനാധിപത്യ മഹിളാ അസോസിയേഷൻ രൂപീകരണ സമ്മേളനത്തിൽ കേരളത്തിൽ നിന്ന് പങ്കെടുത്തവരിൽ വി കെ ആനന്ദവും ഉണ്ടായിരുന്നു. ആദ്യ കേന്ദ്ര കമ്മിറ്റിയിൽ അംഗമായി. സംസ്ഥാനത്തും അഖിലേന്ത്യ തലത്തിലും മഹിളാ പ്രസ്ഥാനത്തിന്റെ നേതൃനിരയിൽ നിന്ന് പ്രവർത്തനം വിപുലപ്പെടുത്തി. എന്നും ത്യാഗപൂർണമായിരുന്നു ആനന്ദത്തിന്റെ കർമരംഗം. മത്സ്യത്തൊഴിലാളികൾ, കയർത്തൊഴിലാളികൾ, മഹിള, കശുവണ്ടിത്തൊഴിലാളികൾ എന്നിവരുടെ അവകാശ സമര പോരാട്ടങ്ങളിലും പ്രധാന പങ്കുവഹിച്ചു.

1980 മുതൽ 1985 വരെയും 1990 മുതൽ 1995 വരെയും കുലശേഖരപുരം ഗ്രാമ പഞ്ചായത്ത് അംഗവും 1995 മുതൽ 2000 വരെ ജില്ലാ പഞ്ചായത്ത് അംഗമായും പ്രവർത്തിച്ചു.

സി പി ഐ (എം) കരുനാഗപ്പള്ളി ഏരിയ കമ്മിറ്റി അംഗം, കൊല്ലം ജില്ലാ കമ്മിറ്റി അംഗം, ജനാധിപത്യ മഹിളാ അസോസിയേഷൻ അഖിലേന്ത്യ വൈസ് പ്രസിഡന്റ്, സംസ്ഥാന ജോയിന്റ് സെക്രട്ടറി, കൊല്ലം ജില്ലാ സെക്രട്ടറി, കയർത്തൊഴിലാളി യൂണിയൻ (സി ഐ ടി യു) സംസ്ഥാന വൈസ് പ്രസിഡന്റ് എന്നീ നിലകളിൽ പ്രവർത്തിച്ചു. 2013 മാർച്ച് 22 ന് അന്തരിച്ചു.

ഉമാദേവി അന്തർജ്ജനം

ആമുഖം

സാമൂഹിക സാംസ്കാരിക രംഗത്ത് ഒരു കാലഘട്ടത്തിൽ വിസ്മയം തീർത്ത നേതാവായിരുന്നു ഉമാദേവി അന്തർജ്ജനം. അടുക്കളയിൽനിന്ന് അരങ്ങത്തേക്ക് എന്ന വി ടിയുടെ നാടകം നമ്പൂതിരി സ്ത്രീകളിലുണ്ടാക്കിയ ചലനങ്ങൾ വളരെ വലുതായിരുന്നു. ആര്യ പള്ളത്തെപ്പോലെ ഇതിനെത്തുടർന്ന് പൊതുരംഗത്തേക്ക് കടന്നുവന്ന അന്തർജ്ജനങ്ങൾ ഏറെയായിരുന്നു. ഇത്തരത്തിൽ കോട്ടയത്തെ ഒരു പ്രശസ്ത നമ്പൂതിരി കുടുംബത്തിൽനിന്ന് പൊതുരംഗത്തേക്ക് ഇറങ്ങിവന്നു പ്രവർത്തിച്ച നേതാവായിരുന്നു ഉമാദേവി അന്തർജ്ജനം. വലിയ ഒരു

പോരാളിയായിരുന്നു അവർ. വിപ്ലവവീര്യം ജ്വലിച്ചു നിന്ന ചെറുപ്പക്കാരിയായ ഉമാദേവിയെക്കുറിച്ച് ഏറെ പറഞ്ഞുകേട്ടിട്ടുണ്ട്. കമ്യൂണിസ്റ്റ് പാർട്ടിയുടെ പ്രവർത്തക എന്ന നിലയിൽ പാർട്ടി ഏൽപ്പിച്ച പല ദൗത്യങ്ങളും നിർവ്വഹിക്കുന്നതിനായി അർദ്ധരാത്രിയിൽ തോണിയിൽ വൈക്കത്തെ പുഴ മുറിച്ചുകടക്കുന്ന ഉമാദേവിയുടെ കഥകൾ പറഞ്ഞു കേട്ടിട്ടുണ്ട്. അത്രയ്ക്ക് നിർഭയ ആയിരുന്നു അവർ. അവരുടെ കുടുംബം മുഴുവനും പുരോഗമന പ്രസ്ഥാനത്തിനോടൊപ്പം നിന്നവരായിരുന്നു. ഉമാദേവിയെക്കുറിച്ച് പറയുമ്പോൾ കോട്ടയത്ത് ഒരു മറുവാക്കില്ല. ഒരു തരത്തിലുമുള്ള പരിചയപ്പെടുത്തലിന്റെ ആവശ്യകതയുമില്ല. കേരളത്തിലെ മഹിളാപ്രസ്ഥാനത്തിന്റെ സംസ്ഥാന പ്രസിഡന്റായിരുന്നു ഉമാദേവി. •

മറക്കുടയേന്തിയ കൈകളിൽ ചെങ്കൊടിയുമായി

പോരാട്ടത്തിന്റെ ആറു പതിറ്റാണ്ടുകൾ നീണ്ട പൊതുപ്രവർത്തന ജീവിതം കേരളസമൂഹത്തിന് സംഭാവന ചെയ്ത ഉമാദേവി അന്തർജന ത്തിന്, മറക്കുട വലിച്ചെറിഞ്ഞ സാമൂഹ്യ പ്രതിബദ്ധത എന്ന വിശേ ഷണമാകും നന്നായി ഉതകുക. പതിനേഴാം വയസ്സിൽ, കമ്യൂണിസ്റ്റു കാരനായ കൃഷ്ണൻ നമ്പൂതിരിപ്പാടിനെ വിവാഹം ചെയ്യും വരെ യാഥാ സ്ഥിതികതയുടെ അകത്തളത്തിൽ അജ്ഞതയുടെ ഇരുട്ടിൽ കഴിഞ്ഞ ഉമാദേവി അന്തർജനം പിന്നീട് ജീവിച്ചതത്രയും സമൂഹത്തിലെ അന്ധ കാരമകറ്റാനുള്ള പ്രതിബദ്ധതയിലായിരുന്നു.

1926 ൽ പെരിന്തൽമണ്ണ പുലാമന്തോളിനടുത്ത് പാലകര ചൊവ്വൂർ മനയ്ക്കൽ നാരായണൻ നമ്പൂതിരിയുടെയും കാളി അന്തർജന ത്തിന്റെയും മകൾ ഉമാദേവിയും പിറവം കളമ്പൂർ തളിമനയിലെ കൃഷ്ണൻ നമ്പൂതിരിയും തമ്മിൽ 1943 ൽ നടന്ന 'വേളി' വെറുമൊരു വിവാഹമായിരുന്നില്ല. 'പരിദേവനം' എന്ന സ്വസമുദായ വിവാഹത്തിന് നമ്പൂതിരി സമുദായത്തിൽ നിലനിന്ന വിലക്ക് ലംഘിച്ച് നടന്ന വിവാഹം. നമ്പൂതിരി സ്ത്രീകൾ മാറുമറയ്ക്കുന്നത് കൊടുംപാതകമായി കണ്ടിരുന്ന കാലത്ത് വേളിക്ക് ധരിക്കാൻ ബ്ലൗസും തുന്നിക്കൊണ്ടായിരുന്നു കൃഷ്ണൻ നമ്പൂതിരിയുടെ വരവ്. സഹോദരിയിൽനിന്നടക്കം കടുത്ത എതിർപ്പ് നേരിട്ടെങ്കിലും മാറുമറച്ചു തന്നെ ഉമാദേവി, കൃഷ്ണൻ നമ്പൂതിരിയുടെ ജീവിതത്തിലേക്ക് പ്രവേശിച്ചു. സ്ത്രീകളുടെ ആത്മാഭി മാനത്തിന്റെ പ്രതീകാത്മക പ്രകടനം കൂടിയായ ഈ വിവാഹത്തിലൂടെ ഉമാദേവി യഥാർഥത്തിൽ കുടുംബ ജീവിതത്തിലേക്കല്ല, പരിവർത്ത നോന്മുഖമായ ഒരു സാമൂഹിക ജീവിതത്തിലേക്കാണ് പ്രവേശിച്ചത്.

അവിടെ അവർ മാറ്റത്തിന്റെ, മുന്നേറ്റത്തിന്റെ മുഖ്യചാലകശക്തിയായി നിലകൊള്ളുകയും ചെയ്തു.

1944 ൽ പട്ടാമ്പിക്കടുത്ത് ഓങ്ങല്ലൂരിൽ, ഒരിടവേളയ്ക്കുശേഷം ഇ എം എസ് അധ്യക്ഷസ്ഥാനം വഹിച്ച യോഗക്ഷേമ സഭയുടെ സമ്മേളന സദസ്സിലിരുന്ന് ഉമാദേവി അന്തർജനം നമ്പൂതിരിയെ മനുഷ്യനാക്കാനുള്ള ഇ എം എസിന്റെ ആഹ്വാനം ഏറ്റെടുത്തു. നമ്പൂതിരി സ്ത്രീകളുടെ ഇരുണ്ട ജീവിതത്തെക്കുറിച്ചുള്ള ഇ എം എസിന്റെ വാക്കുകളിൽ സ്വന്തം വിവാഹ പൂർവ ജീവിതം കണ്ട ഉമാദേവി മാറുമറയ്ക്കാനും വിദ്യാഭ്യാസം ചെയ്യാനുമുള്ള അവകാശങ്ങളെക്കുറിച്ച് നമ്പൂതിരി സ്ത്രീകളെ ബോധവൽക്കരിക്കുന്ന പ്രവർത്തനങ്ങളിൽ വ്യാപൃതയായി. ഒപ്പം തളിമനയുടെ ചുറ്റുവട്ടത്തുള്ള ചെറുകിട ദരിദ്രനാമമാത്ര കർഷകരെയും കർഷകത്തൊഴിലാളികളെയും സ്ത്രീകളെയും സംഘടിപ്പിക്കുന്നതിന് ഭർത്താവ് കൃഷ്ണൻ നമ്പൂതിരിക്കൊപ്പം മുൻകൈയെടുത്ത് സ്ത്രീകൾക്കായി വനിതാസമാജം രൂപീകരിച്ചു.

1946 ൽ ലക്കിടിയിലെ ചെറമംഗലത്ത് മനയിൽ ആര്യപള്ളവും മറ്റും ചേർന്ന് തുടങ്ങിയ സ്ത്രീകളുടെ കമ്യൂണായ തൊഴിൽകേന്ദ്രത്തിന്റെ മാതൃകയിൽ പിറവത്തും തൊഴിൽപരിശീലനകേന്ദ്രം ആരംഭിച്ചു. ഒപ്പം ഖാദിപ്രചാരണത്തിനും ഹിന്ദിപ്രചാരണത്തിനും നേതൃത്വം നൽകി. ഔപചാരിക വിദ്യാഭ്യാസം ലഭിക്കാതിരുന്ന, അതിൽ ഏറെ ഖിന്നയായിരുന്ന ഉമാദേവി സ്ത്രീകളുടെ വിദ്യാഭ്യാസത്തിന് ഏറെ പ്രാധാന്യം നൽകിയിരുന്നു. സ്വന്തം ഭാഷ പഠിക്കാൻ അവസരം ലഭിക്കാതിരുന്നതിന്റെ ഓർമയും പ്രതിഷേധവും നിലനിർത്താനായിരുന്നിരിക്കണം ഉമാദേവി അന്തർജനം ഒപ്പിട്ടിരുന്നത് ഹിന്ദിയിലായിരുന്നു. 1948 ൽ കമ്യൂണിസ്റ്റ് പാർട്ടിയിൽ അംഗമായി. ത്യാഗപൂർണവും യാതനാഭരിതവുമായ രാഷ്ട്രീയജീവിതത്തിന്റെ തുടക്കമായി അത്. താമസം എറണാകുളം ജില്ലയിൽപെട്ട പിറവത്തെങ്കിലും കോട്ടയം ജില്ലയിലായിരുന്നു ഉമാദേവിയുടെ പ്രവർത്തനം. യാത്രാസൗകര്യങ്ങൾ അത്യന്തം പരിമിതമായിരുന്ന അക്കാലത്ത് കുടുംബത്തിലെ കടമകൾ നിർവഹിച്ചുതന്നെ പൂർണസമയ പാർട്ടി പ്രവർത്തനത്തിൽ ഏർപ്പെട്ടു. കമ്യൂണിസ്റ്റ് പ്രസ്ഥാനത്തോടും പ്രത്യയശാസ്ത്രത്തോടും പ്രവർത്തനങ്ങളോടുമുള്ള ആ പ്രതിബദ്ധത മരിക്കും വരെ നിലനിർത്തി. കമ്യൂണിസ്റ്റ് പാർട്ടിയും പിന്നെ സി പി ഐ (എം) ഉം കടന്നുപോന്ന സമരാഗ്നികളുടെയെല്ലാം പൊള്ളലും വേവും ഉമാദേവിയും ഏറ്റുവാങ്ങി. എഴുപതുകളിൽ വൈക്കം താലൂക്കിലെ കർഷകസമരത്തിൽ പങ്കെടുത്ത് കൊടിയ പൊലീസ് മർദനത്തിനിരയായി. അടിയന്തരാവസ്ഥക്കാലത്തും പൊലീസ് അതിക്രമത്തിനിരയായി. കളമ്പൂരെ കുടുംബം വക പാടശേഖരങ്ങളിൽ കൂലിവർധനയ്ക്കുവേണ്ടി കർഷകത്തൊഴിലാളികളെ സംഘടിപ്പിച്ച് സമരം ചെയ്യുകയും വിജയിപ്പിക്കുകയും ചെയ്ത ചരിത്രവും ഉമാദേവിക്ക് മാത്രം സ്വന്തം. 1960 ൽ കടുത്തുരുത്തി നിയമസഭാ മണ്ഡലത്തിൽ

കമ്യൂണിസ്റ്റ് പാർട്ടി സ്ഥാനാർഥിയായി. പിറവം പഞ്ചായത്ത് പ്രസിഡന്റും, നഗരസഭയായപ്പോൾ ചെയർപേഴ്സണുമായി. എങ്കിലും പാർട്ടിക്കും പാർട്ടി പ്രവർത്തകർക്കും പൊതുജനങ്ങൾക്കുമൊപ്പം പ്രവർത്തിക്കുന്നതിലായിരുന്നു എന്നും അവർക്ക് താൽപ്പര്യം.

1968 ൽ കേരള മഹിളാ ഫെഡറേഷൻ രൂപംകൊണ്ടതോടെ സ്ത്രീകളുടെ പ്രശ്നങ്ങളെയും പ്രതിസന്ധികളെയും രാഷ്ട്രീയ ദിശാബോധത്തോടെ അഭിമുഖീകരിക്കാനും പ്രവർത്തനങ്ങളും പോരാട്ടങ്ങളും സംഘടിപ്പിക്കാനും സുശീല ഗോപാലന്റെയും കെ ആർ ഗൗരിയമ്മയുടെയും ഒപ്പം നിന്നു പ്രവർത്തിച്ചു. 1981 ൽ കോട്ടയത്ത് നടന്ന മഹിളാ അസോസിയേഷന്റെ പ്രഥമ സംസ്ഥാന സമ്മേളനത്തിൽ പ്രസിഡന്റായി തെരഞ്ഞെടുക്കപ്പെട്ടു. സൂക്ഷ്മതലത്തിൽ ഉമാദേവി അന്തർജനം നടത്തിയ പ്രവർത്തനങ്ങൾ അടയാളപ്പെടുത്താനോ അക്കമിട്ട് നിരത്താനോ ആവാത്തതാണ്. സ്ത്രീകളുടെ അവകാശങ്ങളും അഭിമാനവും വീണ്ടെടുക്കുന്നതിന് നടത്തിയ പോരാട്ടങ്ങളുടെയും പ്രവർത്തനങ്ങളുടെയും നേതൃനിരയിലും അധഃസ്ഥിതരുടെയും തൊഴിലാളികളുടെയും നിലനിൽപ്പിനായുള്ള സമരങ്ങളിലെ മുൻനിരയിലും സി പി ഐയുടെയും പിന്നീട് സി പി ഐ (എം) ന്റെയും കോട്ടയം ജില്ലയിലെ സംഘടനാപ്രവർത്തനങ്ങളിൽ നിത്യസാന്നിധ്യമായും മഹിളാ അസോസിയേഷന് സംഘടനാപരമായി അടിത്തറ പണിയുന്നതിനും ആശയപരമായി ദിശാബോധം നൽകുന്നതിനും രാഷ്ട്രീയപരമായി കരുത്ത് പകരുന്നതിനും ഉമാദേവി അന്തർജനം ഉണ്ടായിരുന്നു.

2011 ജൂൺ ആറിന് 82-ാം വയസ്സിൽ അന്തരിക്കുന്നതുവരെ കമ്യൂണിസ്റ്റ് മാനവികതയുടെ വക്താവും പ്രയോക്താവുമായി ജീവിച്ച ഉമാദേവി അന്തർജനം തലമുറകൾക്ക് പഠിക്കാൻ, പിന്തുടരാൻ സ്വരുക്കൂട്ടി വച്ച പൈതൃകം ആ മാനവികതയായിരുന്നു.

വി വി സരോജിനി

ആമുഖം

അവിഭക്ത കണ്ണൂർ ജില്ല, കണ്ണൂരും കാസർഗോഡും ഒന്നിച്ച് ആയിരുന്നപ്പോൾത്തന്നെ കണ്ണൂരിലെ ഏറ്റവും വലിയ വിപ്ലവകാരി ആയിരുന്നു സഖാവ് വി വി സരോജിനി. കയ്യൂർ സമര പോരാട്ടത്തിന് നേതൃത്വം കൊടുത്തും, ഭൂപ്രഭുത്വത്തിനെതിരെയും ജന്മിത്വത്തിനെതിരെയും ധീരമായ പോരാട്ടങ്ങൾക്ക് നേതൃത്വം കൊടുത്ത സഖാവ് കുഞ്ഞമ്പുവിന്റെ മകളായിരുന്നു സരോജിനി. 1968 കാലഘട്ടം മുതൽ തന്റെ പതിനാലാം വയസ്സിൽത്തന്നെ കണ്ണൂർ ജില്ലയ്ക്ക് അകത്തും കാസർഗോട് ഭാഗങ്ങളിലും സ്ത്രീകളെ സംഘടിപ്പിക്കുന്നത് ഉൾപ്പെടെയുള്ള

പ്രവർത്തനങ്ങളുമായി ബന്ധപ്പെട്ട് നല്ല രീതിയിൽ പ്രവർത്തിച്ചിരുന്ന നേതാവായിരുന്നു സരോജിനി. കർഷകത്തൊഴിലാളി യൂണിയൻ മേഖലകളിലും അവർ സജീവമായിരുന്നു.

ശരിക്കും അച്ഛന്റെ അതേ പാരമ്പര്യം സൂക്ഷിക്കുന്ന അന്യായം കണ്ടാൽ എന്തിനെയും മുഖം നോക്കാതെ പ്രതികരിക്കാനുള്ള ഒരു കരുത്ത് സരോജിനിക്കുണ്ടായിരുന്നു. താൻ എടുക്കുന്ന തീരുമാനങ്ങൾ നടപ്പിലാക്കാനുള്ള നിശ്ചയദാർഢ്യവും ആജ്ഞാശക്തിയുമുള്ള നേതാവ് കൂടിയായിരുന്നു സഖാവ് സരോജിനി. കേരള മഹിളാ ഫെഡറേഷൻ നേതാവെന്ന നിലയിലും പിന്നീട് മഹിളാ അസോസിയേഷൻ നേതാവെന്ന നിലയിലും എനിക്ക് ഏറ്റവും അടുത്തറിയുന്നതും ഒന്നിച്ചു പ്രവർത്തിച്ചിട്ടുള്ളതുമായ ഒരു സുഹൃത്തും സഹോദരിയും ആയിരുന്നു സഖാവ് സരോജിനി.

മഹിളാ അസോസിയേഷന്റെ കണ്ണൂർ ജില്ലാ സെക്രട്ടറിയായി ഞാൻ വന്നതിനുശേഷം ഏഴു വർഷത്തിലേറെ പ്രസിഡന്റായി എന്നോടൊപ്പം പ്രവർത്തിച്ച ഒരു നേതാവെന്ന നിലയിലാണ് സരോജിനിയെ അടുത്തറിയാൻ സാധിച്ചത്. എന്തെങ്കിലും ഒരു കാര്യം വിചാരിച്ചത് പോലെ നടക്കുന്നില്ല എങ്കിൽ പെട്ടെന്ന് തന്നെ ദേഷ്യപ്പെടുകയും എന്നാൽ പെട്ടെന്ന് തന്നെ ആ ദേഷ്യം മറന്ന് അവരോട് സ്നേഹത്തോടെ ഇടപഴകുകയും, ഇന്ന കാര്യം കൊണ്ടാണ് ഞാൻ അങ്ങനെ പറഞ്ഞത് എന്ന് പറഞ്ഞ് മനസ്സിലാക്കുകയും ചെയ്യുന്ന സ്വഭാവമായിരുന്നു സരോജിനിയുടേത്.

മഹിളാപ്രസ്ഥാനത്തെ സ്വന്തം ജീവിതത്തിന്റെ ഒരു അഭേദ്യഭാഗമായിട്ടാണ് അവസാന നിമിഷംവരെയും സരോജിനി കണ്ടത്. അസുഖംമൂലം വളരെ നേരത്തെ നമ്മെ വിട്ടുപിരിഞ്ഞുവെങ്കിലും ജീവിതത്തിന്റെ അന്ത്യംവരെ, അസുഖമായി കഴിയുന്ന കാലത്തും വീട്ടിലും ആശുപത്രിയിലും കാണാൻ പോകുമ്പോൾ വളരെ സന്തോഷത്തോടുകൂടി കാര്യങ്ങൾ പറയുമ്പോഴും എനിക്കും നിങ്ങളോടൊപ്പം പ്രവർത്തിക്കാൻ കഴിയുന്നില്ലല്ലോ എന്ന ദുഃഖവും പലപ്പോഴും പ്രകടിപ്പിക്കുമായിരുന്നു. സരോജിനി എന്നും ഒരു പോരാളിയായിരുന്നു. ശക്തമായി പ്രതികരിക്കുന്ന, അനീതിക്കെതിരെ ശബ്ദമുയർത്തുന്ന, അവകാശങ്ങൾക്കുവേണ്ടി വിട്ടുവീഴ്ചകൾ ഇല്ലാതെ പ്രവർത്തിക്കുന്ന ഒരു പോരാളി. ജീവിതാവസാനം വരെയും സംഘടനയുമായി ബന്ധപ്പെട്ടു സരോജിനി നിലകൊണ്ടു. പഞ്ചായത്ത് പ്രസിഡന്റായും, കരിവെള്ളൂർ സർവീസ് സഹകരണ ബാങ്കിന്റെ പ്രസിഡന്റായുമൊക്കെ പ്രവർത്തിച്ച വളരെ നല്ലൊരു സംഘടനാപാരമ്പര്യമുള്ള നേതാവായിരുന്നു സഖാവ് വി വി സരോജിനി. •

സമരഭൂമികയിൽനിന്നും ഉയിർത്ത പെൺകരുത്ത്

മഹിളാ മുന്നേറ്റത്തിൽ മാത്രമല്ല, കമ്യൂണിസ്റ്റ് കർഷക പ്രസ്ഥാനങ്ങളുടെ നേതൃനിരയിലും പ്രോജ്വലമായ കരുത്തും നിശ്ചയ ദാർഢ്യവും പുലർത്തിയ നേതാവായിരുന്നു വി വി സരോജിനി. കമ്യൂണിസ്റ്റ് കർഷക സമരങ്ങളുടെ ഭൂമികയായ കരിവെള്ളൂരിന്റെ ചുവന്ന മണ്ണിൽനിന്നും

വി വി സരോജിനി, ശ്രീമതി ടീച്ചർ

ഉയിർക്കൊണ്ട പെൺകരുത്ത്, വനിതാ വിമോചന പ്രസ്ഥാനത്തിന്റെ അതിരുകളില്ലാത്ത മുന്നേറ്റത്തിന് ജീവിതം ഉഴിഞ്ഞുവെച്ച നേതാവ്, സ്ത്രീ സംഘടനാ പ്രവർത്തനം അത്യന്തം ക്ലേശകരമായ കാലത്തു പോലും കണ്ണൂർ ജില്ലയുടെ മലയോരമേഖലകളിലും നടന്ന് കയറി സ്ത്രീകളെ സംഘടിപ്പിച്ച് സമരമുഖങ്ങളിൽ പതറാതെ നേതൃത്വം നൽകിയ ധീര വനിത, ആരുടെ മുന്നിലും കൂസലില്ലാതെ തലയുയർത്തി നിന്ന് തന്റെ അഭിപ്രായങ്ങളും രാഷ്ട്രീയ നിലപാടുകളും സധൈര്യം പറയുന്ന നേതാവ് ഇങ്ങനെ ഇങ്ങനെ ഒരുപാട് വിശേഷണങ്ങൾ തെല്ലും തെറ്റാതെ ചാർത്തി നൽകാം നമ്മളെല്ലാം സ്നേഹപൂർവം സരോജിനി യേട്ടി എന്ന് വിളിക്കുന്ന സഖാവ്. വി വി സരോജിനിക്ക്.

കയ്യൂർ സമരനായകനും അവിഭക്ത കമ്യൂണിസ്റ്റ് പാർട്ടിയുടെയും പിന്നീട് സി പി ഐ (എം) ന്റെയും സമുന്നതനേതാവും നീലേശ്വരം എം എൽ എയുമായിരുന്ന സ. വി വി കുഞ്ഞമ്പുവിന്റെയും കരിവെള്ളൂ രിലെ വി വി മാണിയമ്മയുടെയും മകളായി 1940 ലാണ് സരോജിനിയുടെ ജനനം. കൗമാര കാലത്തുതന്നെ പൊതു പ്രവർത്തനത്തിലേക്കിറങ്ങി. വി കുഞ്ഞിമാണിക്കം ടീച്ചർ, കെ ദേവയാനി, രുഗ്മിണിയമ്മ തുടങ്ങിയവർ ചേർന്ന് 1953 ൽ രൂപം നൽകിയ ഓണക്കുന്നിലെ കരിവെള്ളൂർ മഹിളാ സമാജത്തിലാണ് പ്രവർത്തിച്ചുതുടങ്ങിയത്. 1960 ൽ അവിഭക്ത കമ്യൂ ണിസ്റ്റ് പാർട്ടിയിൽ അംഗമായി. ആദ്യം കേരള മഹിളാ സംഘത്തിലും 1967 ഓടെ കേരള മഹിളാ ഫെഡറേഷനിലും പ്രവർത്തിച്ചു.

കെ ദേവയാനി പ്രസിഡന്റും വി വി സരോജിനി സെക്രട്ടറിയുമായി സംഘടിപ്പിച്ച കേരള മഹിളാ ഫെഡറേഷൻ പയ്യന്നൂർ മണ്ഡലം കമ്മിറ്റി

AIDWA സമ്മേളനവേദിയിൽ ശ്രീമതി ടീച്ചർക്കും വൃന്ദാകാരാട്ടിനും ഒപ്പം വി വി സരോജിനി (വലത്തേയറ്റം)

യാണ് ഇടവേളയ്ക്കുശേഷം വടക്കൻ കേരളത്തിൽ സ്ത്രീകൾക്കിടയിലെ സംഘടനാ പ്രവർത്തനം ശക്തിപ്പെടുത്തിയത്. പിന്നീട് രേവതീ ഷേണായി പയ്യന്നൂർ മണ്ഡലം പ്രസിഡന്റായപ്പോൾ സരോജിനി സെക്രട്ടറിയായി തുടർന്നു. ഫെഡറേഷൻ കണ്ണൂർ ജില്ലാ കമ്മിറ്റി രൂപം കൊണ്ടതോടെ ജില്ലാ ജോയിന്റ് സെക്രട്ടറിയായി.

1971 ൽ മിച്ചഭൂമി സമരത്തോടനുബന്ധിച്ച് ചീമേനിയിൽ നടന്ന സമരത്തിൽ പങ്കെടുത്തതിന് രണ്ടാഴ്ചക്കാലം ജയിലിലടച്ചു. അഖിലേന്ത്യാ ജനാധിപത്യ മഹിളാ അസോസിയേഷൻ രൂപീകരിച്ചപ്പോൾ സംസ്ഥാന വൈസ് പ്രസിഡന്റായി. 1987 ൽ കരിവെള്ളൂരിൽ നടന്ന സി പി ഐ (എം) പയ്യന്നൂർ ഏരിയാ സമ്മേളനത്തിൽ വനിതാ വളണ്ടിയർ ചുമതല സ. വി വി സരോജിനിക്കായിരുന്നു. 1990 ൽ ആദ്യ ജില്ലാ കൗൺസിൽ അംഗം. 1995–2000 ൽ കരിവെള്ളൂർ പെരളം പഞ്ചായത്ത് പ്രസിഡന്റായും 2000–2005 ൽ കരിവെള്ളൂർ സർവീസ് സഹകരണ ബാങ്ക് പ്രസിഡന്റായും പ്രവർത്തിച്ചു. ജില്ലയിലെ ആദ്യ വനിതാ ബാങ്ക് പ്രസിഡന്റായിരുന്നു.

മഹിളാ അസോസിയേഷൻ നേതാവായ എം ജയലക്ഷ്മിയുടെ പേരിലുള്ള ആദ്യ പുരസ്കാരം സരോജിനിക്കായിരുന്നു. സഖാവ് മികച്ച ജനപ്രതിനിധി കൂടിയായിരുന്നു. 2021 മെയ് 14 ന് നമ്മെ വിട്ടുപിരിഞ്ഞു.

സി വി സാറാമ്മ

ആമുഖം

കേരളത്തിലെ തൊഴിലാളി വർഗ്ഗപ്രസ്ഥാനത്തിന്റെ ഈറ്റില്ലമെന്ന് അറിയപ്പെടുന്ന പുന്നപ്ര–വയലാറിന്റെ നാടായ ആലപ്പുഴ ജില്ലയിലാണ് സി വി സാറാമ്മ ജനിച്ചത്. വിവാഹ ജീവിതം വേണ്ടെന്നു വെച്ച് പൂർണ സമയ രാഷ്ട്രീയ പ്രവർത്തനത്തിലേക്ക് ഇറങ്ങിയ ധീര വനിതയായിരുന്നു അവർ. രാപകലില്ലാതെ പല സ്ഥലങ്ങളിലും സഞ്ചരിച്ച് പലപ്പോഴും പാർട്ടിയാഫീസിൽത്തന്നെ കിടന്നുറങ്ങിയ ത്യാഗ നിർഭരമായ ജീവിതമാണ് അവർ നയിച്ചത്. ആദരവോടും ബഹുമാനത്തോടും കൂടിയല്ലാതെ അവരെ നോക്കിക്കാണുവാൻ കഴിഞ്ഞിരു

ന്നില്ല. അധികം സംസാരിക്കാത്ത പ്രകൃതമായിരുന്നു സാറാമ്മയുടേത്. മഹിളാ അസോസിയേഷന്റെ ട്രഷററായിരുന്നു അവർ. തികഞ്ഞ കർക്കശക്കാരി യായി, ഒരു കണക്കു പുസ്തകവുമായി കമ്മിറ്റിയി ലേക്ക് കടന്നുവരുന്ന സാറാമ്മയുടെ ചിത്രമാണ് മനസ്സിൽ. സംഘടനയ്ക്കുവേണ്ടി ഉഴിഞ്ഞുവെച്ച ജീവിതമായിരുന്നു അവരുടേത്. ആലപ്പുഴ ജില്ലയിലെ മഹിളാ പ്രസ്ഥാനത്തിന്റെ അമരക്കാരിയായിരുന്നു അവർ. മഹിളാ പ്രസ്ഥാനത്തിന്റെ ചരിത്രത്തിലൊരി ക്കലും മറക്കാൻ കഴിയാത്ത വ്യക്തിത്വമാണ് സാറാ മ്മയുടേത്. •

സമരമുഖങ്ങളിലെ സൂര്യ തേജസ്

ചെങ്ങന്നൂരിലെ പുരാതന ക്രിസ്ത്യൻ കുടുംബാംഗമായ പുത്തൻ കാവ് കയ്യാലപ്പറമ്പിൽ സി ഒ വർഗ്ഗീസിന്റെയും ശോശാമ്മയുടെയും അഞ്ച് പെൺമക്കളിൽ ഒരാളായ സാറാമ്മ ആറു പതിറ്റാണ്ട് മുൻപ് കമ്യൂണിസ്റ്റ് പ്രസ്ഥാനത്തിലേക്കു വരുമ്പോൾ അന്നത്തെ യാഥാസ്ഥിതിക മേധാവിത്വം പൊട്ടിത്തെറിച്ചു. കുടുംബപരമായ സ്വാധീനം ചെലുത്തി പിന്തിരിപ്പിക്കുവാൻ ശ്രമിച്ചു. ആ ശ്രമം വിഫലമായി. തുടർന്നും പല കേന്ദ്രങ്ങളിൽ നിന്നും ഉയർന്നുവന്ന ഭീഷണികളെയെല്ലാം അതിജീവിച്ച് അധ്വാനവർഗ്ഗത്തിന്റെ ജീവിതസ്വാതന്ത്ര്യം പൊരുതി നേടുവാനുറച്ച മഹാമനസ്സുകളുടെ കൂട്ടായ്മയിൽ സാറാമ്മയും അണിചേർന്നു.

മഹിളാ പ്രവർത്തകയായാണ് സാറാമ്മ പാർട്ടി രംഗത്തേക്ക് വന്നത്. തുടർന്ന് ചെങ്ങന്നൂരിലെ ട്രേഡ് യൂണിയൻ പ്രസ്ഥാനങ്ങളുടെ മുൻപന്തിയിൽ നിന്നു പ്രവർത്തിച്ചു. സമരപോരാട്ടങ്ങൾക്ക് നേതൃത്വം നൽകി. ഈ കാലഘട്ടത്തിൽ ഒട്ടേറെ യാഥാസ്ഥിതിക കുടുംബങ്ങളിലെ യുവതികൾ സാറാമ്മയുടെ പാത പിന്തുടർന്ന് പാർട്ടിയിലെത്തി.

നാട്ടിലെ ജനകീയ പ്രശ്നങ്ങളിൽ ഇടപെടുകയും പരിഹാരം കാണാൻ ജനങ്ങളുടെ മുന്നണിയിൽനിന്ന് പോരാടുകയും ചെയ്താണ് സാറാമ്മ നേതൃത്വനിരയിലേക്ക് ഉയർന്നുവന്നത്. അക്രമവും സംഘർഷവും നിറഞ്ഞ ഘട്ടങ്ങളിൽ പോലും ധീരതയോടെ ഓടിയെത്തുന്ന സാറാമ്മ ശത്രുവർഗ്ഗത്തിന്റെ മുമ്പിൽ ഒരിക്കലും തോറ്റു പിൻമാറിയിട്ടില്ല.

സി പി ഐ (എം) ചെങ്ങന്നൂർ ടൗൺ ലോക്കൽ സെക്രട്ടറി, ആലപ്പുഴ ജില്ലാ കമ്മിറ്റിയംഗം, ജനാധിപത്യ മഹിളാ അസോസിയേഷൻ സംസ്ഥാന ട്രഷറർ, ജില്ലാ പ്രസിഡന്റ് എന്നീ നിലകളിൽ പ്രവർത്തിച്ച സാറാമ്മയ്ക്ക് പാർലമെന്ററി മോഹം ഒട്ടും തന്നെയില്ലായിരുന്നു.

സ്ത്രീകളുടെ അവകാശ സംരക്ഷണങ്ങൾക്കുവേണ്ടി സാറാമ്മ നടത്തിയ പ്രവർത്തനങ്ങൾ ജനങ്ങളിലും സഹപ്രവർത്തകരിലും സ്നേഹ ബഹുമാനങ്ങൾ ഉളവാക്കിയിരുന്നു.

1989 നവംബർ 20 ന് 54–ാമത്തെ വയസ്സിൽ തന്റെ അവസാന ശ്വാസം നിലയ്ക്കുംവരെ താൻ ജീവനുതുല്യം സ്നേഹിച്ച പ്രസ്ഥാനത്തിനു വേണ്ടി സാറാമ്മ കർമോൻമുഖയായി പ്രവർത്തിച്ചു. മാതൃകാപരമായ തന്റെ ജീവിതപന്ഥാവിൽ പാർട്ടി സഖാക്കളെ സഹോദരതുല്യം സ്നേഹിക്കുകയും, ആപത്ഘട്ടങ്ങളിൽ ഓടിയെത്തി സഹായിക്കുകയും ചെയ്തിരുന്ന സാറാമ്മ ഒരു തികഞ്ഞ കമ്യൂണിസ്റ്റായിരുന്നു.

എ കെ ജിയെ പ്രസംഗിക്കുവാൻ പോലും അനുവദിക്കാതിരുന്ന, ജാതി മേധാവിത്തം കൊടികുത്തി വാണിരുന്ന ചെങ്ങന്നൂർ പട്ടണത്തിൽ, മതവിശ്വാസ തീവ്രതയുടെ കൈവിലങ്ങുകൾ പൊട്ടിച്ചെറിഞ്ഞ് കമ്യൂണിസ്റ്റ് പാർട്ടിയിലേക്ക് കടന്ന് വന്ന് തന്റെ ജാതിയും മതവും കുടുംബജീവിതവു മെല്ലാം ത്യജിച്ച് പാർട്ടി ആഫീസിൽ താമസിച്ച് കമ്യൂണിസ്റ്റ് പ്രസ്ഥാനത്തെ മരണംവരെയും സ്നേഹിച്ച വിപ്ലവ പോരാളിയായിരുന്നു സ. സി വി സാറാമ്മ.

ന്യൂനപക്ഷ ജനവിഭാഗത്തിൽനിന്നും ഒരാൾ പോലും കമ്യൂണിസ്റ്റ് പാർട്ടിയിൽ ചേരാൻ വിസമ്മതിച്ച കാലഘട്ടത്തിൽ യാഥാസ്ഥിതികത്വത്തിന്റെ പിടിയിലമർന്ന ഒരു നാട്ടിൽനിന്നും കമ്യൂണിസ്റ്റ് പ്രസ്ഥാനത്തിലേക്ക് കടന്നുവന്ന് ജന്മി മാടമ്പിത്വത്തിനും, യാഥാസ്ഥിതികത്വത്തിനുമെതിരെ പോരാടി മരണംവരെ പാർട്ടിയെ സേവിച്ച ധീരവനിതയായിരുന്നു സി വി സാറാമ്മ.

ഫ്യൂഡൽ വ്യവസ്ഥയുടേതായ സാമൂഹ്യബോധവും സംസ്കാരവും നിലനിന്നിരുന്ന അൻപതുകളിൽ ഒരു പോലീസുകാരന്റെ മകളായ സാറാമ്മ തൊഴിലാളി വർഗ്ഗ പ്രസ്ഥാനത്തിന്റെ ചെങ്കൊടിയേന്തി സമര മുഖങ്ങളിൽ ജ്വാല പടർത്തിയപ്പോൾ യാഥാസ്ഥിതിക വിഭാഗത്തിന്റെയും നാട്ടുപ്രമാണിമാരുടെയും കല്പനകൾ ലംഘിക്കപ്പെട്ടു. മനുഷ്യ ഹൃദയങ്ങളിൽ കമ്യൂണിസ്റ്റ് പാർട്ടി പ്രതിഷ്ഠിക്കപ്പെട്ടു.

ജീവിതത്തിന്റെ സായാഹ്നത്തിലും സാറാമ്മ തളരാതെ, പതറാതെ തന്റെ കർമ്മപഥങ്ങളിൽ മുന്നേറി. പുന്നപ്രയിൽ തെരഞ്ഞെടുപ്പു പ്രവർത്തനങ്ങൾക്കിടെ ഹൃദ്രോഗബാധ ഉണ്ടായ സഖാവിനെ മെഡിക്കൽ കോളേജ് ആശുപത്രിയിൽ പ്രവേശിപ്പിച്ചെങ്കിലും ജീവൻ രക്ഷിക്കാനായില്ല.

ആയിരക്കണക്കിന് പ്രവർത്തകരുടെ രക്താഭിവാദ്യങ്ങളും, അശ്രുകണങ്ങളും ഏറ്റുവാങ്ങിയ സഖാവിന്റെ മൃതദേഹം പൊതുദർശനത്തിനു ശേഷം ചെങ്ങന്നൂർ സെന്റ് മേരീസ് ഓർത്തഡോക്സ് പള്ളിയിൽ സംസ്കരിക്കുകയായിരുന്നു.

സ്ത്രീകൾ അടുക്കളയിൽനിന്നും പുറത്തിറങ്ങാൻ ധൈര്യപ്പെടാതിരുന്ന കാലഘട്ടത്തിൽ സമരപന്ഥാവിൽ തീക്ഷ്ണാനുഭവങ്ങളുടെ

തീച്ചൂളകൾ പങ്കിട്ട സഖാവ് സാറാമ്മ ചെങ്ങന്നൂരിലെ സാമൂഹ്യ നവോത്ഥാനത്തിന്റെ ശില്പികളിൽ പ്രമുഖയായിരുന്നു. കേരളത്തിന്റെ സമരമുഖങ്ങളിലെ സൂര്യതേജസ്സായിരുന്നു.

സ. സി വി സാറാമ്മ പ്രവർത്തിച്ച കാലഘട്ടത്തിൽ എന്തിനെല്ലാം എതിരെ തൊഴിലാളികളെ സംഘടിപ്പിച്ച് പോരാടി എന്തെല്ലാം നേട്ടങ്ങൾ നേടിയെടുത്തുവോ അവയെല്ലാം ഇല്ലാതാക്കുവാനും, പതിറ്റാണ്ടുകൾക്ക് പിറകിലോട്ട് നമ്മുടെ നാടിനെക്കൊണ്ടുപോകാനും ഭരണാധികാരി വർഗ്ഗവും, ജാതിമതവർഗ്ഗീയ ശക്തികളും ഇന്ന് ജാഗ്രതയോടെ പ്രവർത്തിക്കുന്നു. അന്ധവിശ്വാസങ്ങൾക്കും, അനാചാരങ്ങൾക്കും മാമൂലുകൾക്കും, ജാതി ചിന്തയ്ക്കുമെതിരെ കരുത്തുറ്റ പോരാട്ടം നമുക്ക് ഏറ്റെടുക്കേണ്ടതായിട്ടുണ്ട്. എല്ലാ തെറ്റിനെതിരെയും പോരാടുവാൻ കമ്യൂണിസ്റ്റുകാരായ നമുക്ക് ഇവരുടെ പ്രവർത്തനം കരുത്തുനൽകുന്നു. ഭരണവർഗ്ഗം ദുഷ്ടലാക്കോടെ തൊഴിലാളിവർഗ്ഗ പ്രസ്ഥാനത്തെ തകർക്കുവാനും, നാം ത്യജിച്ച യാഥാസ്ഥിതികത്വവും അധർമ്മങ്ങളും തിരികെ കൊണ്ടുവരാനും നടത്തുന്ന പരിശ്രമങ്ങളെ പരാജയപ്പെടുത്തുവാൻ സഖാവ് സാറാമ്മയെപ്പോലുള്ള മഹാത്മാക്കളെയും, അനശ്വര രക്തസാക്ഷികളുടെയും സ്മരണകളെ സാക്ഷി നിർത്തി പോരാട്ടത്തിന്റെ പുതിയ ചരിത്രം നമുക്ക് ഇവിടെ രചിക്കാം.

www.ingramcontent.com/pod-product-compliance
Lightning Source LLC
LaVergne TN
LVHW060143051026
849517LV00007B/2554
* 9 7 8 9 3 9 4 7 5 3 6 7 9 *